ಡಾ ಲಕ್ಷ್ಮಣ್ ವಿ ಎ

ಬೆಳಗಾವಿ ಜಿಲ್ಲೆ ಅಥಣಿ (ಈಗ ಕಾಗವಾಡ) ತಾಲೂಕಿನ ಮೋಳೆ ಗ್ರಾಮದ ಲಕ್ಷ್ಮಣ್ ಧಾರವಾಡ, ತುಮಕೂರು ದಾಟಿಕೊಂಡು ಪ್ರಸ್ತುತ ಬೆಂಗಳೂರಿನಲ್ಲಿ ನೆಲೆಸಿದ್ದಾರೆ. ಕಥೆ, ಕವಿತೆಯ ಜೊತೆಗೆ ವೈದ್ಯ ವೃತ್ತಿ.

ಎಲೆಕ್ಟ್ರಿಕ್ ಬೇಲಿ ಮತ್ತು ಪಾರಿವಾಳ, ಅಪ್ಪನ ಅಂಗಿ (ಕವನ ಸಂಕಲನ), ಮಿಲ್ಟ್ರಿ ಟ್ರಂಕು (ಪ್ರಬಂಧ) ಜಿರಿ ಮಳೆಯ ಕಣ್ಣು (ಕಥಾ ಸಂಕಲನ) ಇವರ ಕೃತಿಗಳು.

ಈ ಕೃತಿಗಳಿಗೆ ಕಣವಿ ಕಾವ್ಯ ಪ್ರಶಸ್ತಿ, ಕರ್ನಾಟಕ ಸಾಹಿತ್ಯ ಅಕಾಡೆಮಿ ನೀಡುವ ದತ್ತಿ ಬಹುಮಾನ, ವಿಭಾ ಕಾವ್ಯ ಪ್ರಶಸ್ತಿ, ವೀಚಿ ಪ್ರಶಸ್ತಿ ಹಾಗೂ ಮಂಡ್ಯದ ಅಡ್ವೈಜರ್ ಪ್ರಶಸ್ತಿ, ಹಾಸನದ ಮಾಣಿಕ್ಯ ಪ್ರಕಾಶನ ನೀಡುವ ಎನ್.ಶೈಲಜಾ ದತ್ತಿ ಪುರಸ್ಕಾರ, ಎಚ್.ಟಿ. ಪೋತೆ ಸ್ಮರಣಾರ್ಥ ನೀಡುವ ಪುರಸ್ಕಾರ ಸಂದಿವೆ.

ಪ್ರಸ್ತುತ 'ಪರಿಮಳದ ಬಾಕಿ ಮೊತ್ತ' ಕವನ ಸಂಕಲನದ ಹಸ್ತಪ್ರತಿಗೆ 'ಈ ಹೊತ್ತಿಗೆ'ಯ ಪುರಸ್ಕಾರ ಸಂದಿದೆ.

ಇದು **ಬಹುರೂಪಿ** ಪ್ರಕಟಿಸುತ್ತಿರುವ ಲಕ್ಷ್ಮಣ್ ಅವರ ಎರಡನೆಯ ಕವನ ಸಂಕಲನ

ಪರಿಮಳದ ಬಾಕಿ ಮೊತ್ತ

ಕವನ ಸಂಕಲನ

2025ರ ಸಾಲಿನ 'ಈ ಹೊತ್ತಿಗೆ'
ಕಾವ್ಯ ಪ್ರಶಸ್ತಿ ವಿಜೇತ ಕೃತಿ

ಡಾ ಲಕ್ಷ್ಮಣ್ ವಿ ಎ

ಬಹುರೂಪಿ
ಆರ್ ಪಿ ರಿಜೆನ್ಸಿ, ಎಫ್–1, 2ನೇ ಮಹಡಿ,
2ನೇ ಅಡ್ಡರಸ್ತೆ, ಪಿ ಅಂಡ್ ಟಿ ಕಾಲೋನಿ,
ಆರ್ ಟಿ ನಗರ, ಬೆಂಗಳೂರು–560 032
ದೂರವಾಣಿ: 70191 82729

124

PARIMALADA BAAKI MOTTA
A collection of Poems by **DR LAKSHMAN V A**
lakshman.va@gmail.com | 98452 95915

Published By **Bahuroopi**
R P Regency, F-1, 2nd Floor, 2nd Cross, P&T Colony,
R T Nagar, Bangalore - 560 032

editor@bahuroopi.in

Mobile | WhatsApp Bookstore: **70191 82729**

online book store: **bahuroopi.in**

ISBN: 978-81-984197-0-5
First Edition: March 2025
Pages: 112 | Price: Rs. 150
Paper Used: 70 GSM N.S.Maplitho

Cover and Inside Design: **Bahuroopi**

Printed by

Kamadhenu Print-N-Pack,
Bangalore

ಕನ್ನಡದ

ಕಸ್ತೂರಿ ಪರಿಮಳ

ಪಸರಿಸುತ್ತಿರುವ ಎಲ್ಲ

ಕನ್ನಡ ಶಾಲೆಯ ಮಕ್ಕಳಿಗೆ

ಈ ಕೃತಿ

ಬಾಕಿ ಮೊತ್ತ ಚುಕ್ತ ಮಾಡುವ 'ಈ ಹೊತ್ತಿನಲ್ಲಿ'

ಮೊನ್ನೆ ಊರಿಗೆ ಹೋದಾಗ ನನ್ನ ಶಾಲಾ ದಿನಗಳ ಸಹಪಾಠಿಯನ್ನು ಕಾಣಲು ಅವನ ಮನೆಗೆ ಹೋಗಿದ್ದೆ. ಒಂದು ಸರ್‌ಪ್ರೈಜ್ ನೀಡಲು ಅವನಿಗೆ ಕರೆ ಮಾಡದೇ ನೇರವಾಗಿ ಹೋಗಿದ್ದೆ. ಆದರೆ ಆತ ಮನೆಯಲ್ಲಿ ಇರದೆ ಕಬ್ಬಿನ ಗದ್ದೆಗೆ ಮೇವು ತರಲು ಹೋಗಿದ್ದ. ಮಾರನೇ ದಿನ ಫೋನ್ ಮಾಡಿ ಸಾಯಂಕಾಲ ಸಿಗ್ತೀಯ ಅಂತ ಕೇಳಿದೆ! 'ಏ ಬಾರೋ ಮನ್ಯಾಗ ಇರ್ತೀನಿ' ಅಂತ ಹೇಳಿದ್ದ.

ಮಾರನೆಯ ದಿನ ಅವನ ಮನೆಗೆ ಹೋಗಿ ನೋಡಿದರೆ ಅವನು ಎಮ್ಮೆಯ ಹಾಲು ಕರೆಯುತ್ತಿದ್ದ. ಹೆಂಡತಿ ಹುಷಾರಿಲ್ಲದೆ ಮಲಗಿದ್ದಳು. ಹತ್ತನೆಯ ತರಗತಿಯ ಅವನ ಮಗ ಮಿಣುಕು ಲೈಟಿನ ಬೆಳಕಿನಲ್ಲೇ ಹತ್ತನೆಯ ತರಗತಿಯ ಇಂಗ್ಲಿಷ್ ಮೀಡಿಯಮ್ಮಿನ ಹಿಸ್ಟರಿ ಪಠ್ಯ ಓದುತ್ತಿದ್ದ. ಆ ಹುಡುಗನಿಗೆ ಬೆಳಗಾದರೆ ಪ್ರಿಪರೇಟರಿ ಪರೀಕ್ಷೆ.

ಎಮ್ಮೆ ಹಿಂಡುತ್ತಲೇ ಓದುವ ಮಗನ ಕೂಗಿ 'ಏ ಬಾಳ್ಯಾ ಚಾಕ ಇಡೋ' ಹೇಳಿದ. ತಕ್ಷಣವೇ ಪುಸ್ತಕ ಮಡಚಿಟ್ಟ ಪೋರ ಚಹಾಗೆ ಇಟ್ಟು ಮತ್ತೆ ಪುಸ್ತಕ ಹಿಡಿದ.

'ಆರಾಮೇನೋ ಲಸಮಾ... ಹೀಂಗೈತಿ ನೋಡ ನಮ್ಮ ರೈತರ ಬಾಳೇವು' ಅಂತ ಹಿಂಡಿದ ಹಾಲನ್ನು ಅಲ್ಲೇ ನಿಂತಿದ್ದ ಗೌಳಿಗನ ಕ್ಯಾನಿಗೆ ಸುರುವುತ್ತಲೇ ಮಗನ ಬೈಯ್ಯುತ್ತಿದ್ದ.

'ನಾಕು ಐದು ಚಾಪ್ಟರ್ ಮುಗಿಸೇ ಮಲಗಬೇಕ ಮಗನ'... ಅಂತ ಅವನ ಪುಸ್ತಕ ತಿರುವಿ ತಿರುವಿ ನೋಡುತ್ತ ಧುಮುಗುಡುತ್ತಲೇ ಒಳಗೆ ಒಲೆಯ ಮೇಲೆ ಕುದಿಯುತ್ತಿದ್ದ ಹಾಲಿಗೆ ಚಹಾ ಪುಡಿ ಸಕ್ಕರೆ ಹಾಕಿ ಥೇಟ್ ಪಾನಕದಂತಹ ಸಿಹಿ ಸಿಹಿಯಾದ ಚಾ ಕುಡಿಯುತ್ತಲೇ ಆಡುಗಳಿಗೆ ಮೇವು ಹಾಕಿ ಬಂದ. ಚಾ ಕುಡಿಯುತ್ತ ಇರುವಾಗಲೇ ಆತನ ಮೊಬೈಲಿಗೆ ನಾಲ್ಕಾರು ಮಿಸ್ಡ್ ಕಾಲ್‌ಗಳಿದ್ದವು. ಆ ಕಡೆಯಿಂದ ಕಬ್ಬಿನ ಗ್ಯಾಂಗಿನವರು ಕಟಾವು ಮಾಡಿದ ಕಬ್ಬನ್ನು ಟ್ರ್ಯಾಕ್ಟರಿಗೆ ಲೋಡು ಮಾಡಲು ಕರೆಯುತ್ತಿದ್ದರು. ಟೀ ಕುಡಿದವನೇ ಎದ್ದು ಸೈಕಲ್ ಏರಿ ಹೊರಟ. 'ಇನ ಏಟ ದಿನ ಇರತೀ ಲಸಮಾ. ನಾಳಿ ನಾನ ಮನೀಗಿ ಬರ್ತೀನಿ ಅವ್ವಾರ ಹ್ಯಾಂಗ ಅದಾರ?' ಅಂತ ಕೇಳುತ್ತ ಕಬ್ಬು ಲೋಡು ಮಾಡಲು ಹೊರಟೇ ಬಿಟ್ಟ.

'ಹಳ್ಳೀಲಿರೋರಿಗೆ ಮಾಡಕ ಏನ ಮಹಾ ಕೆಲಸಾ ಇರತೈತಿ ಫೋನ್ ಮಾಡಿ ಹೋಗಾಕ ಅಂವೇನ ದೊಡ್ಡ ಸಾಹೇಬ ಏನ? ಎಂಬ ನನ್ನ ಪೂರ್ವಾಗ್ರಹದ ಬಲೂನಿಗೆ ನಿಜದ ಮುಳ್ಳು ಚುಚ್ಚಿದ ಘಟನೆ ಇದು.

ಹಳ್ಳಿ ಇರಲಿ, ಸಿಟಿ ಇರಲಿ, ಸಣ್ಣ ಕೆಲಸ ಇರಲಿ ದೊಡ್ಡ ಹುದ್ದೆ ಇರಲಿ... ಈ ಪ್ರಪಂಚದಲ್ಲಿ ಈಗ ಯಾರೂ ಬಿಡುವಾಗಿಲ್ಲ. ನಾವು ಈ ಬದಿಯಿಂದ ಅವರು ಆರಾಮಾಗಿರಬಹುದು ಹಳ್ಳೀಲಿ ಸುಖವಾಗಿರಬಹುದು, ನಾವು ಕರೆ ಮಾಡಿದ ತಕ್ಷಣ ಅವರು ಉತ್ತರಿಸಬೇಕು ನಾವು ಬರೆದ ಪುಸ್ತಕ ಅವರು ಓದಿ ಹೇಳಬೇಕು ಎನ್ನುವ ನಂಬಿಕೆಗಳು ನಿರೀಕ್ಷೆಗಳೇ ತಪ್ಪು.... ಈ ದಿನಮಾನಗಳಲ್ಲಿ ಅಸಲು ಯಾರಿಗೂ ಬಿಡುವಿಲ್ಲ. ಕಷ್ಟಪಟ್ಟಾದರೂ ಮಗ ಇಂಗ್ಲಿಷ್ ಮೀಡಿಯಮ್ಮಿನಲ್ಲೇ ಓದಲಿ ಎಂಬ ಅವನ ನಿಲುವಿನ ಬಗ್ಗೆ ಬಲು ಹೆಮ್ಮೆ ಎನಿಸಿತು.

ಯಾವುದೋ ಬ್ಯಾಂಕಿನ ಅಕೌಂಟು ತೆರೆಯುವಾಗ ನಾಮಿನಿಯ ಹೆಸರನ್ನೂ ಬರೆಯುತ್ತೇವೆ. ಅಪ್ಪ ಅಮ್ಮ ಹೆಂಡತಿ ಮಗ ಮಗಳು ಹೀಗೆ... ಠೇವಣಿದಾರನ ಜೀವ ಹೋದ ಮೇಲೆ ನಾಮಿನಿಗಳು ಈ ಬ್ಯಾಂಕಿನ ಠೇವಣಿಗೆ ವಾರಸುದಾರರಾಗುತ್ತಾರೆ. ಕನ್ನಡ ಸಾಹಿತ್ಯವೆಂಬುದು ಯಾವ ಕಾಲಕ್ಕೂ ಬರಿದಾಗದಷ್ಟು ಭಂಡಾರ

ತುಂಬಿಕೊಂಡಂತಹ ಅಕ್ಷಯ ನಿಧಿಯಂತಿರುವಲ್ಲಿ ಈ ನಿಧಿಯ ವಾರಸುದಾರರ ಬಗ್ಗೆ ಯೋಚಿಸುವಾಗ ಆತಂಕವಾಗುತ್ತದೆ. ಕನ್ನಡ ನುಡಿ ಸೊರಗುತ್ತಿದೆ ಎಂಬ ಕೊರಗಿನ ಮಧ್ಯೆಯೇ ಸಾಮಾಜಿಕ ಮಾಧ್ಯಮದ ದೆಸೆಯಿಂದ ಬರಹಗಾರರ ಸಂಖ್ಯೆಯೂ ದ್ವಿಗುಣಗೊಂಡಂತೆ ಕಾಣಿಸುತ್ತಿದೆ.

ಯಾರಿಗಾಗಿ ಬರೆಯಬೇಕು? ಯಾಕಾಗಿ ಬರೆಯಬೇಕೆನ್ನುವ ಪ್ರಶ್ನೆಗಳು ಎದುರಾಗಿ ಬರೆಯುವಾಗಲೆಲ್ಲಾ ದಿಗಿಲು ಬಿದ್ದಿದ್ದೇನೆ.

'ಎಷ್ಟ ಬರೀತೀರಿ ಡಾಕ್ಟರೇ? ಡಾಕ್ಟರಿಕೆ ಮಾಡತೀರೋ ಏನ ಬರೆ ಬರಕೋತ ಕುಂಡರತೀರೋ?' ಎಂದು ಚುಚ್ಚುವ ಎಚ್ಚರಿಸುವ ಪ್ರಶ್ನೆ ಕೇಳುವವರಿಗೆ ಏನು ಉತ್ತರ ಕೊಡಬೇಕೆಂದು ಗೊತ್ತಾಗದೆ ಬಹಳ ಸಲ ಪೇಚಾಡಿದ್ದೇನೆ.

ಬದುಕು ಬಲು ಚಿಕ್ಕದು. ಸಾಗರದಷ್ಟು ದುಃಖವೇ ತುಂಬಿರುವ ಈ ಬಿಜಿ ಬಿಜಿ ಬಾಳಿನಿಂದ ಸಾಸಿವೆಯಷ್ಟು ಸುಖವನ್ನು ಅಕ್ಷರಶಃ ಕದ್ದು ತರುವ ನನ್ನ ಹೋರಾಟವನ್ನು ಅವರಿಗೆ ಹೇಗೆ ಹೇಳುವುದು ?

ಓದು ಬರಹ ನನಗೆ ಖುಷಿ ಕೊಡುತ್ತದೆ ನಿಜ. ಆದರೆ ಇದೇ ನಿಜವನ್ನು ಇನ್ನೊಬ್ಬರು ನನ್ನಂತೆಯೇ ಓದು ಬರಹದ ಮೂಲಕವೇ ಕಂಡುಕೊಳ್ಳಬೇಕೆನ್ನುವುದೂ ಕೂಡ ಲೇಖಕನ ಸ್ವಾರ್ಥವೆನಿಸುತ್ತದೆ.

ಪ್ರತಿಯೊಬ್ಬನ ಸಂತೋಷದ ಸೆಲೆಗಳು ಬೇರೆ ಬೇರೆಯಾಗಿಯೂ ವೈವಿಧ್ಯಮಯವೂ ಆಗಿರುವ ಸತ್ಯವನ್ನು ನಾನು ಗೌರವಿಸುತ್ತ ಈ ಓದು ಬರಹ ಕೊಡುತ್ತಿರುವ ಖುಷಿಯನ್ನು ಅಕ್ಷರಗಳಲ್ಲಿ ಹಿಡಿದಿಡಲು ಸೋಲುತ್ತಿದ್ದೇನೆ.

ಹಪ್ಪಳ ಸಂಡಿಗೆ ಹಾಕುವುದೂ, ಕಸೂತಿ ಹಾಕುವುದೂ, ಹೂವಿನ ಗಿಡಕೆ ನೀರು ಹಾಕುವುದು, ಹಸಿದ ಕೋಳಿಗಳಿಗೆ ಅಕ್ಕಿ ಚೆಲ್ಲುವುದು, ಹೊಳೆಗೆ ತೆರಳಿ ಮೀನು ಹಿಡಿಯುವುದೂ ಒಂದು ದಿವ್ಯ ಖುಷಿಯನ್ನು ನೀಡುವ ಸಂಗತಿಗಳೇ!

ನನ್ನ ಅವ್ವ ಬಿಡುವಿನ ವೇಳೆಯಲ್ಲಿ ಕೌದಿ ಹೊಲಿಯುತ್ತಿದ್ದಳು. ಹಳೆಯ ಚಿಂದಿಗಳನ್ನೆಲ್ಲಾ ಸೇರಿಸಿ ಕ್ಯಾನ್ವಾಸಿನಂತಹ ಅರೆಬರೆ ಹೊಲಿದ ಆ ಕೌದಿಯನ್ನು ತನ್ನ ಮೊಣಕಾಲುಗಳ ಮೇಲೆ ಹರವಿಕೊಂಡು ಸೂಜಿಗೆ ಅವಳು ದಾರಿ ತೋರಿಸುತ್ತಿದ್ದಳೋ ಅಥವ ಸೂಜಿಯೇ ಅವಳ ಕಣ್ಣಿಗೆ ದಾರಿಯಾಗಿ ಕೈ ನಡೆಸುತ್ತಿತ್ತೋ? ಈ ತನ್ಮಯತೆಯಲ್ಲಿ ಅವಳಲ್ಲೊಂದು ಹಾಡು ಹುಟ್ಟುತ್ತಿತ್ತು. ಅದು ಕಟ್ಟಿದ ಹಾಡೋ! ಹುಟ್ಟಿದ ಹಾಡೋ? ಮುಚ್ಚಿದ ಎದೆಯ ತಟ್ಟುವ ಹಾಡಂತೂ ಖಂಡಿತ ಹೌದು!

ಬದುಕು ಸಣ್ಣದು ನಿಜ. ಎಲ್ಲರೂ ಬಿಜಿ ನಿಜ. ಬದುಕಿನ ಈ ಎಲ್ಲ ಗಜಿಬಿಜಿಗಳ ನಡುವೆ ಖುಷಿಯ ಕ್ಷಣಗಳನ್ನು ಕದ್ದಾದರೂ ತಂದು ಕುಣಿಯಬೇಕೆನಿಸಿದಾಗಲೆಲ್ಲಾ ಹುಟ್ಟಿದ ಕವಿತೆಗಳಿವು.

ಇಲ್ಲಿ ಬರೆದ ಕವಿತೆಗಳೆಲ್ಲಾ ಯಾತನೆಯ ಬದುಕಿನಿಂದ ಖುಷಿಯ ಕ್ಷಣಗಳನ್ನು ಕದ್ದು ತಂದ ತನ್ಮಯತೆಯಲ್ಲಿ ಬರೆಸಿಕೊಂಡಂತಹವೇ! ಓದಿದ ನಿಮಗೆ ವಿಶೇಷವೆನಿಸಿದರೆ ಅದು ಆ ಕ್ಷಣದ ಕವಿತೆ ದಕ್ಕಿಸಿಕೊಂಡ ಗೌರವ. ಬರೆದ ಕವಿಗಿಂತ ಬರೆಸಿಕೊಂಡ ಆ ಕವಿತೆಗಳ ಋಣ ದೊಡ್ಡದು. ಹೀಗೆ ಎಂದೂ ತೀರಿಸಲಾಗದ ಋಣವನ್ನು ಮುಂದೆ ಎಂದೋ ತೀರಿಸುವವನೆಂಬ ಹಠದಲ್ಲಿ ಬರೆಯುತ್ತಲೇ ಇದ್ದೇನೆ.

ಹೀಗೆ ಬರೆದ ಸಂಕಲನವೊಂದು 'ಈ ಹೊತ್ತಿಗೆ' ಪ್ರಶಸ್ತಿ ಪಡೆದುಕೊಂಡಿದ್ದು ಒಂದು ಬೋನಸ್ಸೇ !

ಪ್ರಶಸ್ತಿಗಳನ್ನೂ ಪ್ರಶಸ್ತಿ ವಿಜೇತರನ್ನೂ ಗುಮಾನಿಯಿಂದ ನೋಡುತ್ತಿರುವ ಜಮಾನಾದಲ್ಲಿ 'ಈ ಹೊತ್ತಿಗೆ' ತನ್ನ ಪಾರದರ್ಶಕತೆಯಿಂದ ಘನತೆ ಕಾಪಿಟ್ಟುಕೊಂಡಿದೆ. ಮತ್ತು ಇಂತಹ ಪ್ರಶಸ್ತಿ ಪಡೆಯುತ್ತಿರುವುದಕ್ಕೆ ಹೆಮ್ಮೆ ಎನಿಸುತ್ತಿದೆ. ಇದರ ಪ್ರೇರಕ ಶಕ್ತಿ ಶ್ರೀಮತಿ ಜಯಲಕ್ಷ್ಮಿ ಪಾಟೀಲರನ್ನು ಇಲ್ಲಿ ಹೃತ್ಪೂರ್ವಕವಾಗಿ ನೆನೆಯುವೆ.

ಇಂತಹ ಸಂಕಲನವನ್ನು 'ಬಹುರೂಪಿ' ಪ್ರಕಟಿಸುತ್ತಿರುವುದು ಬಹಳ ಖುಷಿ ನೀಡುತ್ತಿರುವ ಸಂಗತಿ. 'ಅವಧಿ'ಯ ಅಂಗಳದಲ್ಲಿ ಬಹುರೂಪಿಯ ಜಿ.ಎನ್. ಮೋಹನ್‌ರ ಸುರಕ್ಷತೆಯ ಬಾಹುಗಳಲ್ಲಿ ಯಾವ ಪುಸ್ತಕವೂ ನರಳದೇ ಅರಳುತ್ತ ಅರಳುತ್ತ ಈ ಪುಸ್ತಕಗಳ ಪರಿಮಳ ಜಗದಗಲ ಪಸರಿಸಿ ಓದುಗರಿಗೊಂದು ಅನೂಹ್ಯ ಖುಷಿಯನ್ನು ಹಂಚುವುದರಲ್ಲಿ ಯಾವ ಅನುಮಾನವೂ ಇಲ್ಲ.

ಈ ಸಂಕಲನವನ್ನು ಓದುತ್ತಿರುವ ನಿಮಗೆಲ್ಲಾ ನನ್ನ ಆದರದ ಪ್ರಣಾಮಗಳು.

–ಡಾ ಲಕ್ಷ್ಮಣ್ ವಿ ಎ

'ಈ ಹೊತ್ತಿಗೆ'ಯಿಂದ

ಕನ್ನಡ ಸಾಹಿತ್ಯ ಲೋಕದಲ್ಲಿ ಪ್ರಶಸ್ತಿ ಎಂದರೆ ಅದರದ್ದೇ ಆದ ಉನ್ನತ ಸ್ಥಾನವಿದೆ. ಪ್ರಶಸ್ತಿ ನೀಡುವುದರ ಮೂಲಕ ಉತ್ತಮ ಕೃತಿಯೊಂದನ್ನು ಜಗದ ಬೆಳಕಿಗೆ ಹಿಡಿಯುವ ಕೆಲಸ ನಿನ್ನೆ ಮೊನ್ನೆಯದ್ದಲ್ಲ. ಅಂಥದ್ದೊಂದು ಸಾರ್ಥಕ ಕೆಲಸವನ್ನು ಮಾಡುತ್ತಿರುವ ನಮ್ಮ 'ಈ ಹೊತ್ತಿಗೆ' ಮೊದಲು ಕಥಾ ಬಹುಮಾನಗಳು, ವಿದ್ಯಾರ್ಥಿಗಳಿಗಾಗಿ ಕಥಾ ಸ್ಪರ್ಧೆಗಳು, 26 ವರ್ಷದವರೆಗಿನವರಿಗೆ ಕಥಾ ಸ್ಪರ್ಧೆಗಳು ಹೀಗೆ ಪ್ರಶಸ್ತಿ ನೀಡುವಲ್ಲಿ ಪೂರ್ವ ತಯ್ಯಾರಿ ಎಂಬಂತೆ ಹಂತ ಹಂತವಾಗಿ ಬೆಳೆಯುತ್ತಾ, ಕಳೆದ ಏಳು ವರ್ಷಗಳಿಂದ ಅತ್ಯುತ್ತಮ ಅಪ್ರಕಟಿತ ಕೃತಿಗಳಿಗೆ ಕಥಾ ಪ್ರಶಸ್ತಿ ಮತ್ತು ಅತ್ಯುತ್ತಮ ಅಪ್ರಕಟಿತ ಕವನ ಸಂಕಲನಕ್ಕೆ ಕಾವ್ಯ ಪ್ರಶಸ್ತಿಯನ್ನು ನೀಡುತ್ತ ಬಂದಿದೆ.

ಈ ಹೊತ್ತಿಗೆ ಬಹುಮಾನ ವಿಜೇತರೆಲ್ಲ ತುಂಬಾ ಉತ್ಸಾಹದಿಂದ ತಮ್ಮನ್ನು ಬರವಣಿಗೆಯಲ್ಲಿ ತೊಡಗಿಸಿಕೊಂಡಿದ್ದು, ಪ್ರಶಸ್ತಿ ವಿಜೇತ ಕೃತಿಗಳು ಮತ್ತು ಕೃತಿಕಾರರು ಸಾಹಿತ್ಯಲೋಕದಲ್ಲಿ ತಮ್ಮದೇ ಸ್ಥಾನ ಗಳಿಸಿಕೊಂಡಿರುವುದು, ಗಳಿಸಿಕೊಳ್ಳುತ್ತಿರುವುದು ಈ ಹೊತ್ತಿಗೆಗೆ ಹೆಮ್ಮೆಯ ಸಂಗತಿ.

ಈ ಹೊತ್ತಿಗೆಯ ಕಾರ್ಯಕ್ರಮಗಳು, ಪ್ರಶಸ್ತಿಗಳ ಹಿಂದೆ ಕೆಲವು ಸಾಹಿತ್ಯಾಸಕ್ತರ ಕೊಡುಗೆಯಿದೆ. ಆ ಕೊಡುಗೆಯ ಹಿಂದೆ ಅವರ ಸಾಹಿತ್ಯ ಪ್ರೀತಿ ಮತ್ತು ಈ ಹೊತ್ತಿಗೆಯ ಮೇಲಿನ ಅಕ್ಕರೆ ಕಾಳಜಿ ಕೆಲಸ ಮಾಡುತ್ತಿದೆ. ಇದರ ಚುಕ್ಕಾಣಿ ಹಿಡಿದ ಮಾತ್ರಕ್ಕೆ ಇದೆಲ್ಲವೂ ನನ್ನೊಬ್ಬಳದೇ ಕುಣಿತ ಎಂದರೆ ಅದು ಹುಚ್ಚು ಹುಂಬತನದ ಮಾತಾದೀತು. ಈಗ ಹನ್ನೆರಡನೇ ವರ್ಷಕ್ಕೆ ಕಾಲಿಟ್ಟಿರುವ ಈ ಹೊತ್ತಿಗೆಯ ಕೆಲಸಗಳು ನನ್ನ ಈ ಹೊತ್ತಿಗೆ ಬಳಗದ ಸಹಕಾರವಿಲ್ಲದೆ ಸುಲಭ ಸಾಧ್ಯವಿರಲಿಲ್ಲ. ಈ ಎಲ್ಲ ಸದಸ್ಯರಿಗೂ ನಾನು ಆಭಾರಿಯಾಗಿದ್ದೇನೆ.

ಈ ಬಾರಿ ಡಾ ಲಕ್ಷ್ಮಣ್ ವಿ ಎ ಅವರ 'ಪರಿಮಳದ ಬಾಕಿ ಮೊತ್ತ' ಕವನ ಸಂಕಲನಕ್ಕೆ 'ಈ ಹೊತ್ತಿಗೆ ಕಾವ್ಯ ಪ್ರಶಸ್ತಿ' ಹಾಗೂ ಶ್ರೀಮತಿ. ಪೂರ್ಣಿಮಾ ಭಟ್ಟ ಸಣ್ಣಕೇರಿ ಅವರ 'ಕತೆ ಜಾರಿಯಲ್ಲಿರಲಿ' ಕಥಾಸಂಕಲನಕ್ಕೆ 'ಈ ಹೊತ್ತಿಗೆ ಕಥಾ ಪ್ರಶಸ್ತಿ' ಲಭಿಸಿವೆ.

2025ರ ಈ ಹೊತ್ತಿಗೆ ಕಾವ್ಯ ಪ್ರಶಸ್ತಿಗೆ ಭಾಜನರಾಗಿರುವ ಡಾ. ಲಕ್ಷ್ಮಣ್ ಅವರಿಗೆ ಹೃತ್ಪೂರ್ವಕ ಅಭಿನಂದನೆಗಳು. ವೃತ್ತಿಯಲ್ಲಿ ವೈದ್ಯರಾಗಿರುವ ಡಾ. ಲಕ್ಷ್ಮಣ್ ಅವರು ಈಗಾಗಲೇ ಉತ್ತಮ ಕವಿಯಾಗಿ ಹೆಸರು ಮಾಡಿದವರು. ಇವರು ಕೇವಲ ಕಾವ್ಯ ಮಾತ್ರವಲ್ಲದೆ ಕಥೆ, ಕಾದಂಬರಿ, ಪ್ರಬಂಧ ಪ್ರಕಾರಗಳಲ್ಲೂ ಕೃಷಿ ಮಾಡಿದವರು. ಇವರ ಕವನಗಳ ಭಾಷಾ ಬಿಗು, ಪ್ರತಿಮೆಗಳ ಸಮರ್ಥ ಬಳಕೆ ಮತ್ತು ಭಾವ ತೀವ್ರತೆ ವಿಶಿಷ್ಟವಾದುದು. ಪ್ರಬುದ್ಧ ಕವಿ ಡಾ. ಲಕ್ಷ್ಮಣ್ ಅವರು ಮತ್ತಷ್ಟು ಹದಭರಿತ ಕವನಗಳ ಮೂಲಕ ತಮ್ಮದೇ ವಿಶಿಷ್ಟ ಛಾಪನ್ನು ಕನ್ನಡ ಸಾಹಿತ್ಯದಲ್ಲಿ ಮೂಡಿಸಲಿ ಎಂದು ಈ ಹೊತ್ತಿಗೆ ಬಳಗ ತುಂಬು ಹೃದಯದಿಂದ ಹಾರೈಸುತ್ತಿದೆ.

ವೃತ್ತಿಯಿಂದ ದೂರದರ್ಶನ ಚಂದನದ ಕಾರ್ಯಕ್ರಮಗಳ ಮುಖ್ಯಸ್ಥರಾದ, ಖ್ಯಾತ ಕವಿ ಆರತಿ ಎಚ್ ಎನ್ ಅವರು ಈ ಸಲದ ಕಾವ್ಯ ಪ್ರಶಸ್ತಿಗೆ ತೀರ್ಪುಗಾರರಾಗಿದ್ದರು. ಪೂರ್ವ ಆಯ್ಕೆ ಸಮಿತಿಯಲ್ಲಿ ಅಪಾರ ಕಾವ್ಯದ ಓದಿನ ಹಿನ್ನಲೆ ಮತ್ತು ಒಲವಿರುವ, ಅನೇಕ ವಿಮರ್ಶಾತ್ಮಕ ಲೇಖನಗಳನ್ನು ಬರೆದಿರುವ ಮಾಲಿನಿ ಗುರುಪ್ರಸನ್ನ ಅವರು ಮತ್ತು ವೃತ್ತಿಯಿಂದ ಔಷಧ ವಿಜ್ಞಾನಿಯಾಗಿರುವ ಉತ್ತಮ ಕವಿ, ಕತೆಗಾರ, ಆನಂದ ಕುಂಚನೂರ್ ಅವರು ಜೊತೆಯಾಗಿ ಎರಡನೇ ಹಂತದಲ್ಲಿ ಹತ್ತು ಉತ್ತಮ ಸಂಕಲನಗಳನ್ನು ಆಯ್ಕೆ ಮಾಡಿಕೊಟ್ಟಿದ್ದಾರೆ. ಇದು ದೂರ ನಿಂತು ಮಾತಾಡಿದಷ್ಟು, ನೋಡಿದಷ್ಟು ಸುಲಭದ ಕಾರ್ಯವಲ್ಲ. ಆಸಕ್ತಿ ಮತ್ತು ಸಹನೆಯಿಂದ ಈ ಕೆಲಸವನ್ನು ಮಾಡಿಕೊಟ್ಟ ಇವರೆಲ್ಲರಿಗೆ ಈ ಹೊತ್ತಿಗೆ ಬಳಗದ ಅನಂತ ಧನ್ಯವಾದಗಳು.

–ಜಯಲಕ್ಷ್ಮಿ ಪಾಟೀಲ್

ಎದೆ ಮಿಡಿತಕ್ಕೂ ಮಿಗಿಲಾಗಿ...

ಈ ಕಾಲಘಟ್ಟದ ಅನೂಹ್ಯ ಬದಲಾವಣೆಯಲ್ಲಿ ಚಡಪಡಿಸುತ್ತಿರುವ ಸಾಮಾಜಿಕ ರಾಜಕೀಯ ಕೌಟುಂಬಿಕ ಭಾವತಂತುಗಳು ನಮ್ಮ ಯುವಕವಿಗಳಲ್ಲಿ ಯಾವ ಪರಿಣಾಮವನ್ನು ಬೀರಿರಬಹುದು ಎಂಬ ಕುತೂಹಲ ಮತ್ತು ತಳಮಳಗಳಿಗೆ ಈ ಸಂಕಲನಗಳು ಉತ್ತರ ಹೇಳಿವೆ. ಕಾವ್ಯ ಕಟ್ಟುವಲ್ಲಿ, ಹೊಸ ರೂಪಕ, ಕುಸುರಿ, ಪ್ರತಿಮೆ, ಭಾಷೆ ಮತ್ತು ಅಸಾಧಾರಣ ಪ್ರತಿಭೆಯನ್ನು ಈ ಕವನ ಸಂಕಲನಗಳು ಬಳಸಿಕೊಂಡಿವೆ.

ಭಾವತೀವ್ರತೆಯಲ್ಲಿ ಮುಳುಗಿ, ಕವಿತೆ ರಚಿಸುವಾಗ ಲಜ್ಜೆ/ನಿರ್ಲಜ್ಜೆಗಿರುವ ತೆಳುಗೆರೆಯನ್ನು ಅರ್ಥ ಮಾಡಿಕೊಳ್ಳುವಷ್ಟು ಕವಿಗಳ ಮನಸ್ಸು ಮಾಗಿದೆ, ಬರಹದಲ್ಲಿ ನೈಪುಣ್ಯತೆಯಿದೆ.

***

ಹಾಡು ಮುಗಿದ ಮೇಲೆ ಹಾಡಿದ ರಾಗಗಳೆಲ್ಲ ಎಲ್ಲಿಗೆ ಹೋಗುತ್ತವೆ!? ಕವಿತೆ ಬರೆದು ಮುಗಿಸಿದ ಮೇಲೆ ಹೇಳಿದ ಮಾತುಗಳೆಲ್ಲ ಹೋಗುವ ಕಡೆಗೆ. ಅನುರಣಿಸುವ

ಪದಪುಂಜಗಳಲ್ಲಿ ಭಾವತೀವ್ರತೆಯ ಎಳೆಗಳನ್ನು ಹಿಡಿದು ಕೊನೆಗೆ ಸಿಗುವ ನಾಲ್ಕು ನೂಲಿನಂತಹ ಸಾಲುಗಳನ್ನು ಚಿತ್ರಕ ರೂಪಕದಂತೆ ಕವಿ ಲಕ್ಷ್ಮಣ್ ಸಶಕ್ತವಾಗಿ ಕಾವ್ಯವಾಗಿಸಿದ್ದಾರೆ.

ಪ್ರತಿ ಪದ್ಯದಲ್ಲೂ ಒಂದು ತಹತಹಿಸುವ ಜೀವ, ಕುತೂಹಲದ ಕಣ್ಣುಗಳಿಂದ, ಕೆಲವೊಮ್ಮೆ ಸಹಜ ಮುಗ್ಧತೆಯಿಂದ, ಮಗದೊಮ್ಮೆ ಇರಿಯುವ ತೀಕ್ಷ ಪ್ರತಿಮೆಗಳಿಂದ, ಕಾಡುವ ಕವಿತೆಗಳನ್ನು ರಚಿಸಿದ್ದಾರೆ.

ಬಾಡಿಗೆ ನಿಲುವಿನ ಬೀದಿ ಕಣ್ಣುಗಳು ನಿಂತು ನೋಡಿ ಏನು ಮಾಡಲಾಗದ ಅಸಹಾಯಕತೆ ಅನುರಣಿಸುವ ಪದಪುಂಜಗಳಲ್ಲಿ ಮೈತುಂಬಿದೆ.

ಕವಿತೆಯ ಕಟ್ಟುವಿಕೆಯಲ್ಲಿ ಲಕ್ಷ್ಮಣ್ ಹದ ತಿಳಿದ ಪಾಕ ಪ್ರವೀಣ. ಇವರ ಕವಿತೆಗಳು ಎಲ್ಲೋ ಶುರುವಾಗಿ ಎಲ್ಲೋ ನಿಂತು ಏನನ್ನೋ ಅರೆಬರೆ ಹೇಳುವುದಿಲ್ಲ. ಲಕ್ಷ್ಮಣ್ ಕವಿತೆಗಳಿಗೆ ಅಚ್ಚುಕಟ್ಟಾದ ಚೌಕಟ್ಟಿದೆ, ಅದರೊಳಗೆ ಚಿತ್ರ ಸಂಪುಟದಂತೆ ಮೂಡುವ ಪ್ರತಿಮಾ ವಿಲಾಸ, ಭಾಷೆಯನ್ನು ದುಡಿಸಿಕೊಳ್ಳುವ ಪ್ರಬುದ್ಧತೆ, ದಿನವಹೀ ಕಣ್ಣಿಗೆ ಕಾಣುವ ಸಂಗತಿಗಳಿಗೆ ತೊಡಿಸುವ ಹೊಸ ದಿರಿಸು–ಕರಗಿ ಮಿಡಿಯುವ ಮನಸು... ಹೀಗೆ ಸಂಕಲನದುದ್ದಕ್ಕೂ ವಾಹ್! ಎನ್ನುವ ಸಾಲುಗಳು ಪದೇ ಪದೇ ಕಾಣಸಿಗುತ್ತವೆ.

ಜೀವನ ಪ್ರೀತಿ ಮತ್ತು ಜೀವ ಕಾರುಣ್ಯ ಸಂಕಲನದ ಒಳಹರಿವು.

ಗುಪ್ತಗಾಮಿನಿಯಂತೆ ಭಾವಲಹರಿಯಲ್ಲಿ ಲಕ್ಷ್ಮಣ್ ಕಾಣುವುದು

“ಮುಟ್ಟಬೇಕು ಕವಿ ಕವಿತೆ
ಕತ್ತಲು ಮುಟ್ಟುವ ಹಾಗೆ
ಈಗಷ್ಟೇ ಹಚ್ಚಿದ ಹಣತೆ”

ವೃತ್ತಿಯಲ್ಲಿ ವೈದ್ಯರಾದರೂ ಅವರ ಸ್ಟೆತಾಸ್ಕೋಪ್‌ನಲ್ಲಿ ಲಕ್ಷ್ಮಣ್‌ಗೆ ಕೇಳಿಸುವುದು ಎದೆ ಮಿಡಿತಕ್ಕೂ ಮಿಗಿಲಾಗಿ, ಮಾತು ಮರೆತ ಮರದ ಹಕ್ಕಿಗಳ ಬಿಕ್ಕಳಿಕೆ.

ಸಾಮಾಜಿಕ ಮತ್ತು ಸಾಂಸ್ಕೃತಿಕ ಲೋಕದಲ್ಲಿ ಆಗುತ್ತಿರುವ ಅನೇಕ ಬೃಹತ್ ಬದಲಾವಣೆಗಳು ಕವಿಯ ಯೋಚನಾ ಲಹರಿಗೆ ನೆಟ್ವರ್ಕಿನಾಚೆಯ ಕವಿತೆಯಂತೆ ಕಾಡಿದೆ.

ಎಲ್ಲೋ ಬಿದ್ದ ಬಾಂಬು ಒಂದು ಕುಟುಂಬದ ಅಡುಗೆ ಮನೆಯ ಕಟ್ಟೆಯನ್ನು ತಲುಪುವವರೆಗೆ ಕವಿ ಮನಸ್ಸು ವರ್ತಮಾನಕ್ಕೆ ಧ್ವನಿಯಾಗುತ್ತದೆ.

–ಆರತಿ ಎಚ್ ಎನ್

ಪರಿಮಳದ ಸಾಲು

ಹಾಡು ಮುಗಿದ ಮೇಲೆ

ಈಗಷ್ಟೇ ಗಂಧರ್ವ ಗಾನ ಮುಗಿಸಿ
ವೇದಿಕೆಯಿಂದ ಕೆಳಗಿಳಿದ ಗಾಯಕಿಯ
ಅನುರಣಿಸುವ ಮೃದಂಗದ ಹಾಗೆ
ಇದೆ ಅವಳ ಎದೆ ಬಡಿತ ಇನ್ನೂ.

ದಿವ್ಯ ತನ್ಮತೆಯಲಿ ಕಣ್ಣು
ಮುಚ್ಚಿ ಕಣ್ಣು ತೆರೆದೆವೆ ಗಳಲಿ
ತೆಳು ಜೇನ ಸವರಿದ ಸ್ವರ ಪರಿಮಳ
ಎಳೆದು ಕಟ್ಟಿದ ಹೆರಳುಗಳಲಿ
ಉರಿದು ಆರಿದ ದೀಪದ ಸೊಡರ ಘಮ.

ಅರೆ ಬಿರಿದ ತುಟಿಯ ಮೇಲೆ ಚಡಪಡಿಕೆಯ
ಪದ ಪಲ್ಲವಿ ಕಂಪನ
ಹೊರ ಬರಲು ಹವಣಿಸುವ ರಾಗದ ಎಳೆ
ಎಳೆದು ಇನ್ನೇನು ಕೊನೆಯುಸಿರು ಹಾರಿ ಹೋಗುವ
ಪ್ರಾಣ ಪಕ್ಷಿಯ ಚೀತ್ಕಾರ

ಎತ್ತಿ ಮುಚ್ಚಿಟ್ಟ ವೀಣೆಯಲಿನ್ನೂ ಮಿಡಿವ
ಬೆರಳ ನುಡಿ ಕಂಪನ
ಸೊಕ್ಕಿ ಇಳಿದ ನದಿ
ಅಳು ನಿಂತರೂ ನಿಲ್ಲದ ಮಗುವಿನ ಬಿಕ್ಕು
ಏರಿಳಿದ ಕೊರಳುಬ್ಬು
ಧಮನಿಗಳಲಿ ಕರುಣ ರಸ ಸ್ವರ ಸಂಚಯ.

ಕೆಲ ಕ್ಷಣದ ಹಿಂದೆ
ಭವದ ತೊಟ್ಟಿಲಿನಲಿ ಅನುಭಾವದ ಲಾಲಿ ತೂಗಿಸಿಕೊಂಡು
ಸುರ ಸುಖದ ಯೋಗ ಮುದ್ರೆಯ
ನಿದ್ರೆಗೆ ಜಾರಿದ
ಶ್ರೋತೃಗಳು ಈಗ ಕನಸಿನಲಿ ನಡೆದವರಂತೆ
ದಿಕ್ಕು ತಪ್ಪಿದ್ದಾರೆ –
ಮನಸಿಲ್ಲದ ಮನಸಿನಿಂದ
ಮತ್ತದೇ ಕಿರುಗುಡುವ ಲೌಕಿಕದ ಸದ್ದಿಗೆ
ತಪ್ತ ಇಂದ್ರಿಯಗಳನೊಪ್ಪಿಸಿ.

ನೂರು ಸ್ವರಗಳ ಹೆತ್ತ
ಮಹಾತಾಯಿ ಎಷ್ಟೊಂದು ಹಗುರ
ತೇಲುತ್ತಿದ್ದಾಳೆ ಆಹ!

ಹೆರದ ಸ್ವರಗಳನು ಎದೆಯೊಳಗೆ
ಉಳಿಸಿಕೊಂಡು ಉರಿ ಉರಿಯುತ್ತ
ನಡೆದೆ ಹೊರಟಳು ನೋಡಿ ಬಾಗಿ ಬಳಕುವ ತೆರೆಗಳ ಮೇಲೆ
ಹಣತೆ ತೇಲಿ ತೂಗುವ ಹಾಗೆ.

ಇದೆ ಮತ್ತು ಇಲ್ಲದರ ನೆಡುವೆ

ಒಂದಿಷ್ಟು ತೊದಲು
ಮಾತುಗಳಿದ್ದವು ಮುಗಿಯಲಿಲ್ಲ;
ಈಗ ಕನಸಿನಲ್ಲೂ ಕುಂಟುತ್ತಿವೆ
ಪರವಾಗಿಲ್ಲ.

ಒಂದಿಷ್ಟು ಬರೆಯದ ಪಗಳಿದ್ದವು
ತೊಂದರೆಯಿಲ್ಲ;
ಈಗ ತಿದ್ದಿ ತೀಡುವ ಗೊಡವೆಯಿಲ್ಲ.

ಕುಂಟುವ ಮಾತುಗಳಿಗೆ ಎಡವಿ
ಬೀಳುವ ಭಯವಿಲ್ಲ;
ಬರೆಯದ ಪದಗಳಿಗೆ ಓದುಗನ ಹಂಗಿಲ್ಲ.

ಬಟ್ಟೆ ತೊಟ್ಟು ಮೆರೆವ ಲೋಕದಲ್ಲಿ
ಬೆತ್ತಲೆ ನಿಂತಿದ್ದೇನೆ;
ಅಂಗಿ ಹರಿದು ಹೋಗುವ ಚಿಂತೆಯಿಲ್ಲ.

ಜಗದ ಸಂತೆಯೊಳಗೆ ನಿನ್ನ
ಹೊತ್ತು ತಿರುಗದ ಜಾಗಗಳಿಲ್ಲ;
ಕಳಂಕದ ಹೊರೆಯಿಲ್ಲ;ನೀನು ಯಾರಿಗೂ ಕಾಣುವುದಿಲ್ಲ.

ಅನು ದಿನ ಹೊತ್ತಿ
ಉರಿದು ಆರುವ ದೀಪ ನಾನು;
ಪಕ್ಕಕ್ಕೆ ಸರಿಸಿ ದಾಟಿ ಸಾಗುವವರೆ ಎಲ್ಲಾ;
ಸುಟ್ಟಿದ್ದು ಕಾಣಲೇ ಇಲ್ಲ.

ಜಗದ ತಾಯಿ

ತಾರೆಗಳೆನ್ನೆಲ್ಲಾ
ಸರಿಯಾಗಿ ಎಣಿಸಿದ ಮರುದಿನ
ಅವ್ವ ಹುಟ್ಟಿ ಬರುತ್ತಾಳೆಂದು
ಯಾರೋ
ಹೇಳಿದ್ದರು.

ಅನುದಿನ ಎಣಿಕೆ ತಪ್ಪುತ್ತಾಳೆ ಬಾಲೆ.

ಎಣಿಸಿದ ತೋರುಬೆರಳ ಮೇಲೀಗ
ಬೆಚ್ಚಗಿನ ಬೆಂಕಿ.

ಇವಳ
ಬೆರಳ ಸ್ಪರ್ಶಕೆ ಬೆಳಗುವ
ಲೋಕಕೆ ಈಗ ಮಗಳೇ 'ಅವ್ವ'.

ಗುಜರಿ ಅಂಗಡಿಯ ಕನ್ನಡಿ ಮತ್ತು ಮುದುಕ

ಗುಜರಿ ಅಂಗಡಿಯ ಧೂಳು ಮೆತ್ತಿದ
ಕನ್ನಡಿಯ ಮೈಯಂತೆ
ಮುಪ್ಪಾನ ಮುದುಕನ ಹಳೆಯ ಕನ್ನಡಕದೊಳಗಿನ
ಕಣ್ಣುಗಳು;

ಗೊಂದಲ ಶುರುವಾಗಿದೆ ನನಗೀಗ
ಎಲ್ಲಿ ಮೂಡಿಸಬೇಕು ಈ ಕವಿತೆಯ
ಸಾಲುಗಳ; ಈ ಕನ್ನಡಿಯ ಮೇಲೋ ಯಾ
ಮುದುಕನ ಕಣ್ಣುಗಳ ಮೇಲೋ ?

ಹಿಂದೊಮ್ಮೆ ಕವಳೆ ಹಣ್ಣಿನಂತಹ
ಫಳ್ ಫಳಾರ್ ಮಿಂಚು ಹೊಳೆದ ಕಣ್ಣು
ಕನ್ನಡಿಯೊಳಗೀಗ
ಅಳಕುತ್ತಲೆ ಮುಂದಡಿಯಿಡುವ
ಹರಕು ಮುರುಕು ಮಂಜು ಮುದಿ ಬೆಳಕು.

ಏಸೊಂದು ಗುಟ್ಟುಗಳಿವೆ! ಪುಟ್ಟ ಕನ್ನಡಿಯ
ಹೊಟ್ಟೆಯಲಿ
ಈಗಲಾದರೂ ಕೂಗಿ ಹೇಳಬೇಕು ಜೋರಾಗಿ ಮುದಿ ಗೆಳೆಯರಿಗೆ
ಎಲ್ಲಿ ಹಾಳಾಗಿ ಹೋದರೋ ಎಲ್ಲಾ!
ಊರು ಬಿಟ್ಟವರೊಬ್ಬರೂ ವಾಪಸು ಬರಲೇ ಇಲ್ಲ.

ಹೊಸ ಕನ್ನಡಿಯೆದಿರು ಆಗೊಮ್ಮೆ;
ಕಪ್ಪು ಕೇಶದೊಳಗಿಣುಕುವ ಬೆಳ್ಳಿ ಕೂದಲ
ಬಾಚಿ ವಯಸು ಮರೆ ಮಾಚುವಂತೆ
ಒಪ್ಪ ಓರಣ ಗೊಳಿಸಿಕೊಂಡವರು
ಕುಡಿ ಮೀಸೆ ತಿರು ತಿರುವಿ ತಿದ್ದಿ ತೀಡಿ ಕಣ್ಣು ಕತ್ತಿ
ಝಳಪಿಸಿದವರು
ತಮ್ಮ ಚಿಗುರು ಮೊಲೆ ಬುಗುರಿ ಕಟಿಯ
ಮೇಲೆ ತಾವೆ ಮೋಹಗೊಂಡು ಮತ್ತೆಲ್ಲೋ
ಪರವಶರಾದವರು ಸೊಟ್ಟ ಮೂಗಿಗೆ ಸಿಟ್ಟಾದವರು
ನಟ್ಟ ನಡು ಹಗಲಿನಲೆ ಬೆತ್ತಲಾದವರು
ಏಸೊಂದು ಬಿಂಬ ಹಾದು ಹೋದವು
ಏನು ಕತೆ!
ಒಳ ಹೊಕ್ಕವರೊಬ್ಬರೂ ಒಳಗುಳಿಯುಲಿಲ್ಲ
ಒಡಲುಗೊಂಡವರೂ ಒಳಗುಳಿಸಿಕೊಳಲಿಲ್ಲ;

ಇಳಿಗಾಲದಲ್ಲಿ
ಯಾರಾದರೂ ಮಾತಿಗೆ ಬೇಕು ಮುದುಕನಿಗೆ
ಎಷ್ಟೊಂದು ಕಥೆಗಳಿವೆ ಈ ಹಳೆಯ
ಕನ್ನಡಿಯೊಳಗೆ!
ತನ್ನೆದಿರು ಕುಳಿತವರ ಕಣ್ಣಿಗೆ ಕಣ್ಣು ಕಿಡಿ ತಾಗಿ
ದರೆ ಸಾಕು ಸುಡುವ ಗಂಧದ ಕೊರಡಿನ ಹಾಗೆ ನೆನಪು ಪರಿಮಳ.

ಗುಜರಿ ಅಂಗಡಿಯಲಿ
ಹಳೆಯ ಕಬ್ಬಿಣ ರಾಡು ತಗಡು ಡಬ್ಬಿ

ದೊಪ್ಪ ದೊಪ್ಪನೆ ಅಕ್ಕ ಪಕ್ಕದಲ್ಲೇ
ಲೋಡು ಬಂದು ಬೀಳುವಾಗ ಸಣ್ಣಗೆ ಅದರುತ್ತದೆ ಪುಟ್ಟ
ಕನ್ನಡಿಯ ಆತ್ಮ
ಇಳಿ ಬೆಳಗಿನಲ್ಲಿ ಭೀ ಭತ್ಸ ಸ್ವಪ್ನ ಗಳು
ಈ ಮುದುಕನ ಕಂಗೆಡಿಸುವ ಹಾಗೆ :

ಇರುವ ಮೂರು ಮುಕ್ಕಾಲು ಫೂಟಿನ
ಪುಟ್ಟ ಗುಜರಿ ಅಂಗಡಿಯ ನಾಜೂಕು ಗಾಜಿನ
ಕನ್ನಡಿಯನು ಪೋರನೊಬ್ಬ ಅತ್ತಿಂದಿತ್ತ ಎತ್ತಿ
ಇಡುವ ಅಪವೇಳೆಯಲಿ ಮಾತ್ರ;

ಈ ಹುಡುಗ
ಕನ್ನಡಿಯ ಕನಸಿನಲಿ ನಡೆದಂತೆ
ಮೂಡಿ ಮರೆಯಾಗುತ್ತಾನೆ ಆಗಾಗ.

ನೆಟ್ ವರ್ಕಿನಾಚೆಯ ಕವಿತೆ

ನೆರೆ ಮನೆಯಲ್ಲೆಲ್ಲೋ
ಹಸು ಗೂಸಿನ ಅಳುವಿನ ಸದ್ದಿಗೆ;
ಇಲ್ಲೆಲ್ಲೋ ತಾಯ ಎದೆ ಹಾಲು ತುಂಬಿ
ಮೊಲೆ ತೊಟ್ಟು ಬಿಗಿಯುತ್ತವೆ.

ಯುದ್ಧದ ಗಾಳಿ ಸುದ್ದಿಗೆ;
ಸುಖಾ ಸುಮ್ಮನೆ ಯೋಧನ ಹೆಂಡತಿಯ ನೊಸಲು
ಮುಂಗೈ ಬೆವರುತ್ತವೆ.

ಸಂಜೆ ಸಾಯುವ ನೆರಳೊಂದು
ಗುಡ್ಡದ ಹೆಗಲಿಗೊರಗಿ ವಿರಮಸುತ್ತಿದೆ.

ಹಕ್ಕಿ ಹಕ್ಕಿ ಹಾರುತ್ತ ಹಾರುತ್ತ
ಚುಕ್ಕಿಯೇ ಆಗಿ ಹೋದವು ನೋಡಿ!
ಸಿಡಿಲು ಬಿದ್ದ ಮರವೊಂದು
ಹಕ್ಕಿಗಳುಲುವಿನ ಸದ್ದಿಗೆ ಇಡಿ ರಾತ್ರಿ
ಕಣ್ಣು ತೆರೆದೆ ನಿದ್ದೆಗೆ ಜಾರಿದೆ.

ಅರೆ ಬರೆದ
ಕವಿತೆಯ ಸಾಲೊಂದು
ಹೀಗೆ ಕಾಯುತ್ತಲೇ ಇದೆ;
ಅನಿರೀಕ್ಷಿತ ಅಚ್ಚರಿಗೆ ಎಂಬಂತೆ ಆಯಾಚಿತವಾಗಿ ಸದ್ದಿರದೆ
ಒದಗಿ
ಬರುವ ಒಂದು ಪದ ಪ್ರಾಸಕ್ಕಾಗಿ!

ಈ ಸಮಯವೂ
ಸರಿದು ಹೋಗಲಿದೆ

ಇಷ್ಟಪಟ್ಟ ಕವಿಯ ಸಂಕಲನವದು;
ತಂದು ಕಪಾಟಿನಲ್ಲಿಟ್ಟು ಓದಲು ಕಾಯುತ್ತಿದ್ದೇನೆ
ಅದಕ್ಕೊಂದು ಕಾಲ ಕೂಡ ಬಂದೇ
ಬರುತ್ತದೆ ಎಂದು.

ಕಾಯುವುದಿಲ್ಲವೇ ದೇಶ;
ತನ್ನದೇ ಬಾವುಟ ಹಾರಿಸಲೆಂದು!

ಆಗಾಗ ಪುಸ್ತಕದ ಮೇಲಿನ ಧೂಳು ಕೊಡವಿ
ಅದರ ಮೈದಡವಿ ಎಬ್ಬಿಸುತ್ತೇನೆ;
ಮುದ್ದಿಸಿ
ಮುನಿಸಿಕೊಂಡು ಉಣ್ಣದೇ ಮಲಗಿದ
ಮಗನ ಎಬ್ಬಿಸುವಂತೆ.

ಅಲ್ಲೊಂದು ಸಾಲು;ಇಲ್ಲಿ ಯಾರದೋ ಪಾಲು.
ಯಾರದೋ ಅನ್ನದ ಋಣ;
ಯಾರೋ ಉಣ್ಣುವಂತೆ.
ಗೋಡೆಯ ಮೊಳೆಗೆ ನೇತು ಹಾಕಿಲ್ಲವೇ ?
ನಾವು ದೇಶಕ್ಕಾಗಿ ಮಕ್ಕಳು ಮಡದಿ
ಬಿಟ್ಟು ಹೊರಟವರನ್ನು!

ಹೆಂಡತಿ ಕಾಯುತ್ತಿದ್ದಾಳೆ;
ಅಡುಗೆ ಮನೆಯಲ್ಲಿ ಈರುಳ್ಳಿ ಸಿಪ್ಪೆ
ಬಿಡಿಸಿಕೊಡಲೆಂದು.
ಪುಟ ತಿರುವುತ್ತೇನೆ ಒಂದೊಂದು
ಈರುಳ್ಳಿಯ ಸಿಪ್ಪೆ ಸುಲಿದಂತೆ;
ಒಂದೊಂದು ಪುಟಕೂ ಒಂದೊಂದು ಘಮ.

ಒಂದೊಂದು ಸಿಪ್ಪೆ ಸುಲಿದಂತೆ;
ಎಷ್ಟೊಂದು ಕಣ್ಣೀರು!
ಅಷ್ಟು ದಿನದಿಂದ ಅದು ಹೇಗೆ ಸಹಿಸಿದಳು!
ಇಷ್ಟೊಂದು ಕಣ್ಣೀರು
ಯಾರು ಲೆಕ್ಕವಿಟ್ಟವರು ? ಯಾವ ಪುಸ್ತಕದಲಿ
ಯಾರು ಬರೆದಿಟ್ಟುಕೊಂಡವರು ?

ಮಗನ ಎಬ್ಬಿಸ ಬೇಕು;
ಆನ್ ಲೈನಿಗೆ ತಡವಾಯಿತು.
ದೇಶದ ಮಕ್ಕಳು ಜನಗಣಮನ ಮರೆತರೆ!
ಯಾವಾಗ ಶುರುವಾಗುತ್ತದೆ ಶಾಲೆ ?

ಹಳೆ ಡೈರಿಯ ಮೊದಲ ಪುಟಗಳು
ತುಂಬಿರುತ್ತವೆ ಯಾವಾಗಲೂ;
ಹಾಗೇ
ಕೊನೆಯ ಪುಟಗಳೂ!

ಮಧ್ಯದ ಪುಟಗಳ ನಡುವೆ
ಮಗ ಚಿತ್ರ ಗೀಚಿದ್ದಾನೆ ತನಗೆ
ತೋಚಿದಂತೆ ದೇಶ ರಾಜ್ಯದ ಗಡಿಗಳ.

ಟೀವಿಯಲಿ
ಸಾಲಾಗಿ ಪ್ರಾರ್ಥನೆಗೆ ನಿಂತ
ಮಕ್ಕಳು ಯಾಕೆ
ದಿಕ್ಕಾಪಾಲಾಗಿ ಓಡುತಿವೆ ಎಲ್ಲ ?

ಪುಸ್ತಕ ಮಡಚಿಟ್ಟು ನಾನೂ
ಓಡುತ್ತೇನೆ ಎಲ್ಲೋ ಬಾಂಬು ಬಿದ್ದವರಂತೆ
ಮಲಗಿದ ಮಗನ ಎಬ್ಬಿಸದೆ
ಅರ್ಧ ಸುಲಿದ ಈರುಳ್ಳಿ ಅಲ್ಲೇ ಬಿಟ್ಟು!

ದೇವರ ಕಣ್ಣು

ಸಂಡೇ
ಇಳಿ ಮಧ್ಯಾನ್ಹ ಈ ಬೃಹತ್ ಒಳಚರಂಡಿ
ಮೇಲೆ ನಿಂತ ಭವ್ಯ ಬಂಗ್ಲೋಗಳ ಕಿಡಕಿ
ಯ ತೀಡಿ ಬರುವ ಗಾಳಿಯಲಿ
ಹುರಿದ ಕೋಳಿ ಕಬಾಬು ಮೀನು ಸಾರು
ಬಿರಿಯಾನಿ ಘಮ;

ಈ ಹೊರಚರಂಡಿ ಮಣ್ಣಿನ ಮಕ್ಕಳ
ಮೂಗು ಸವರಿದಾಗ ಕೋಳಿ ನಿದ್ದೆಯಿಂದ
ಧಡಕ್ಕನೇ ಏಳುವ ಈ ಮಕ್ಕಳು

ಮಣ್ಣು ಕಲೆಸಿ ಮುದ್ದೆ ಮಾಡಿ
ಊಟದ ಆಟವ ನಟಿಸುವುದ
ನೋಡುವುದೆ

ಚಂದ!

ಬ್ರಾಂ...ಬ್ರೂಂ..ಹುಯಕ್ಕು ಹುಯ್ಯಿ!
ಗಾಳಿಯಲೇ ಕೈಯಾಡಿಸಿ ಮಂತ್ರ ಹೇಳಿ
ದ ಮರುಕ್ಷಣವೇ
ಮಕ್ಕಳ ಕೈಯೊಳಗೆ ಉರಿವ ಒಲೆ ಸೌಟು
ಬಿರಿಯಾನಿ ಪ್ಲೇಟು ಛಕಾ ಛಕ್ ನೇ
ಗಾಳಿಯೊಳಗೆ ಎಲ್ಲಾ ರೆಡಿ.

ಊಟ ಮಾಡಿದ ಮಕ್ಕಳು
ತಿಳಿ ಸಾರಿನಂತೆ ತಿಳಿಗಾಳಿಯನೇ ಹೊಟ್ಟೆ ತುಂಬ
ತಿಂದು 'ಓಬ್' ತೇಗಿ;

ಈ ಆಟ ಸಾಕಾಗಿ;

ಈಗ ಮಣ್ಣ ಮುದ್ದೆಯ ಮುರಿದು
ಒಂದಿಷ್ಟು ಕಣ್ ಹನಿ ನೀರು ಬೆರೆಸಿ
ಕಲೆಸಿ ಈಗ ತುರ್ತಾಗಿ ಗಣಪನ ಮಾಡಬೇಕು.

ಜಾದೂಗಾರನ ಕೈಯೊಳಗೆ ಥಟ್ಟನೇ
ಅರಳುವ ಪ್ಲಾಸ್ಟಿಕ್ ಹೂವಿನ ಹಾಗೆ
ಗಣಪನಿಗೆ–ಮಕ್ಕಳ ಎಳೆ ಬೆರಳಿನೊಳಗೆ
ಕೈ ಕಾಲು ಇಲಿ ಮರಿ ಬಲ ಮುರಿ
ಸೊಂಡಿಲು–ಎಲ್ಲ ಎಲ್ಲ ಮೂಡಿವೆ ಈ ಸುಳ್ಳ
ಮಕ್ಕಳ ನಿಜದ ದೇವರೊಳಗೆ.

ಈ ಮಣ್ಣ ಮುದ್ದೆಗೆ ಎಷ್ಟೊಂದು ಕಂಬನಿ
ಹನಿಸಿ ಹದ ಮಾಡಿ
ತಿದ್ದಿ ತೀಡಿದರೂ ಕಣ್ಣೊಂದು
ಮೂಡುತ್ತಿಲ್ಲ ಗಣಪನಿಗೆ;

ಏನೇನು ಮಾಡಿದರೂ
ಈ ಮಕ್ಕಳ ದೇವರ ಕಣ್ಣು ತೆರೆಯುತ್ತಿಲ್ಲ.

ಬಾಡಿಗೆ ನಿಲುವಿನ ಬೀದಿ ಕಣ್ಣುಗಳು
ನಿಂತು ನೋಡಿ ಮುಂದೆ ಸಾಗುತ್ತವೆ
ಅವಕೂ ಈಗ ಏನೂ ಮಾಡಲಾಗುತ್ತಿಲ್ಲ!

ನದಿಯ ಮೌನ

ಹೊಸ ರೈಲು ಸೇತುವೆಯಿಂದ
ಕೆಳಗೆ ನೋಡಿದರೆ
ಬಲಕೆ ಬಾಗಿದಂತೆ ಹರಿವ ನದಿಯ
ಎಡ ಗಾಲು ತುಸು ಕುಂಟು!

ಅಷ್ಟೊಂದು ಭಾರ ಹೊತ್ತು
ಎಷ್ಟೊಂದು ದೂರ ಹರಿಯಿತು ಬಡ ಜೀವ!
ಸುಡು ಬೇಸಿಗೆಗೆಂದೇ ಕೊನೆಗೆ
ಒಂದೇ ಒಂದು ಹನಿಯುಳಿಸಿಕೊಳ್ಳಲಿಲ್ಲ
ತನಗೆಂದೇ!

ಒಂದು ಬಿರುಮಳೆಗೆ
ಸಾರಾ ಸಗಟಾಗಿ ಕಡಲ ಪಾಲಾಗಿವೆ
ಎಲ್ಲಾ ಮಣ್ಣ ಹಾದಿಯ ಬೆವತ
ಪಾದಗಳು.

ಪ್ರಪಾತದಲಿ ಬಿದ್ದು ಎದ್ದ
ಗಾಯಗೊಂಡ ನದಿಯ ಎದೆಯೊಳಗೂ ಉಂಟು ನೂರೆಂಟು
ನೋವು!
ಒಂಟಿ ಹಕ್ಕಿಯ ಒಡೆದ ಗಂಟಲಿನೊಳಗೂ
ಹರಿದ ತಂತಿಯ ಸ್ವರಗಳುಂಟು.

ಸೋತ ಕುಂಟು ಕಾಲಿನಲಿ ಅಸಾಧ್ಯ ಬಳಲಿಕೆ;
ಅಪವೇಳೆಯಲಿ ಎಲ್ಲಿಂದಲೊ ಕೇಳಿ ಬರುತಿರುವ ಎದೆ ಒಡೆದು
ಹೋಗುವಂತ
ಅಲೆ ಬಿಕ್ಕಳಿಕೆ.

ಈಗ ಅಳಿಕೆಯಲಿ ಎಂದೂ ತಿದ್ದಲಾಗದ
ಈ ನದಿಯ ಮೌನ.

ಹೊಂಬಿಸಿಲು ಮತ್ತು ಮರ

ಬೆಳ್ಳ ಬೆಳಿಗ್ಗೆ ಹಕ್ಕಿಗಳೆಲ್ಲಾ
ದಿಕ್ಕು ದಿಕ್ಕಿಗೆ ಚೆಲ್ಲಾಪಿಲ್ಲಿಯಾದ ಹೊತ್ತಿಗೆ
ಒಂಟಿ ಮರಕೆ ಇನ್ನಿಲ್ಲದ ವಿರಹದುರಿ,
ಸೆಟೆದ ಬೆನ್ನ ಹುರಿ;
ರೆಂಬೆ ಕೊಂಬೆಗಳ ಮೈ ಭಾರಕೆ
ತಲೆ ಗೂದಲು ಕೊಡವಿ ಆಕಾಶಕೆ ಎರಡೂ
ಕೈ ಎತ್ತಿ ಮೈ ಮುರಿದು ತುರುಬು ಕಟ್ಟಿ
ದಿವ್ಯ ಅಮಲಿನಲಿ ಆಕಳಿಸುವ ಮರ.

ಅತ್ತ ಇನ್ನೇನು ಅವನೂ
ಮೂಡಣದ ಅರಸ ಸಪ್ತ ಕುದುರೆಗಳ ರಥವೇರಿ
ಹಚ್ಚ ಹಸಿರು ಹಸಿ ಹುಲ್ಲಿನ ಮೇಲೆ ಮೆಲ್ಲ
ಮೆಲ್ಲನೆಯ ಹೆಜ್ಜೆಯೂರಿ

ಗಿರಿ ಗಹ್ವರ ಮಲೆ ಬೆಟ್ಟ ಮೊಲೆ ಕುಡಿಗಳ ಹಾರಿ
ಉರಿ ಉಯ್ಯಾಲೆ ಕಿಡಿ ಜೀಕಿ
ಒಂದೊಂದೆ ಎಳೆ ಗಿರಣ ಎಸೆಯುತ
ನವಿಲು ಗರಿ ನೇವರಿಕೆಯಲಿ ನಿದ ನಿಧಾನ ಇಳಿಯುತ;

ಮಸೆದ ಬಾಣಿನಂತಹ ಕಿರಣ ತುದಿ ಈಗ;
ಮದೋನ್ಮತ್ತ ಮನ್ಮಥ ರಸಿಕ ಅರಸ ಬೆಳ್ಳಿ
ರಥ ವಿಳಿದು ತುಸು ತುಸುವೆ ಹಿತವಾಗಿ ತಾಕುತ
ಇಂಚಿಂಚಾಗಿ ಚಾಚಿ ಬಾಚುತ ಎಲ್ಲ;
ಮರದ ಎಲೆ ಬಳ್ಳಿ ಬಲೆಯೊಳಗೆ ಕೆನ್ನಾಲಿಗೆ ತೂರಿ
ಮೊಗ್ಗು ಹೂ ಹೀಚು ಕಾಯಿ ಮೂಲೆ ಮೂಲೆಗೂ
ತಿದಿಯೊತ್ತುವ ಬಿಸಿ ಬಿಸಿಲು
ಕೋಲು.

ನೋಡ ನೋಡುತ್ತಲೇ ನಟ್ಟ ನಡು ಪುಳಕದ
ಹಗಲು ಹದವಾದ ಬಿಸಿಲು ಕೆರಳುತ ಮರದ
ಮೈ ಪೂರ ಮುದಗೊಂಡ ಕಂಪನಕೆ ಅರಳುತ; ಮೊಗ್ಗು
ಹೂವಾಗಿ
ಹೂ ಹೀಚಾಗಿ ಹೀಚು ಕಾಯಾಗಿ
ಕಾಯಿ ಹಣ್ಣಾಗಿ ಮಾಗಿ ಬಾಗಿ ತೂಗಿ;
'ಹಣ್ಣು ಹೊರೆಯಲಿ ಬಳಲುವ ಮರ'.

ಹೊತ್ತೇರಿದಂತೆಲ್ಲಾ ಹರಿತ ಕತ್ತಿಯ
ಹಾಗೆ ಝಳಪಿಸುವ ಬಿಸಿಲಿನ ದಣಿದ ಪಾದಗಳಿಗೆ ಹಗೂರ
ಮುತ್ತಿಕ್ಕಿ;
ಬಳಲಿದ ಕಿರಣಗಳಿಗೆ ಈಗ ನೆರಳ ಹೂ
ಸೆರಗ ಕಂಪು ಹಾಸಿ ತಂಪಾಗಿ ಆರೈಸಿದೆ ಮರ.

ಸಂಗೀತ ಕಚೇರಿ

ಸಂಗೀತ ಕಚೇರಿ
ಮುಗಿದ ಮೇಲೆ ಹಾಡಿದ ರಾಗಗಳೆಲ್ಲ
ಎಲ್ಲಿಗೆ ಹೋಗುತ್ತವೆ ?
ಗಾಯಕ ಹೊರಡುತ್ತಾನೆ ದಣಿದ
ಗಂಟಲಿಗೆ ಮತ್ತೆ ಋಜು ತುಂಬಲು
ಪಾನ–ಗೋಷ್ಠಿಗೆ ತನ್ನ ಪ್ರಿಯತಮೆಯೊಂದಿಗೆ.

ಉಳಿಯುತ್ತವೆ ಕೆಲವು
ಆಲಾಪಗಳು ಕೆಲವರ ಕಿವಿಗಳಲ್ಲಿ;
ಅನುರಣಿಸುತ್ತವೆ ಹಲವು
ದಣಿದ ಸಹೃದಯರ ಧಮನಿಗಳಲ್ಲಿ.

ಹಾಡದೇ ಉಳಿದ ರಾಗಗಳು ?

ಆಡದೆ ಉಳಿದ ಮಾತಿನಂತೆ
ಹೇಳದೆ ಉಳಿದ ಅರ್ಧ ಪ್ರೇಮದಂತೆ;
ಮಾತಿಗಿಳಿಯುತ್ತವೆ ಅವು ಅಲ್ಲೇ
ಆರಿದ ದೀಪಗಳೊಂದಿಗೆ.

ಹಾಡಿದ ಹಾಡು ಹೊಗಳಲು
ಇಲ್ಲಿ ಎಷ್ಟೊಂದು ದನಿಗಳಿವೆ!
ತೈಲವಿರುವ ತನಕ ಬೆಳಗುವುದು
ಏನು ಮಹಾ ?
ತೀರಿದ ಮೇಲೂ ಬೆಳಗುತ್ತ ಬೆಳಗುತ್ತ
ಅಳಿಯದೇ ಉಳಿಯುವುದು ಹೇಳಿ ಹೇಗದು ?

ಅಲೆಮಾರಿ ಆಲಾಪಗಳು ನಟ್ಟಿರುಳಿನಲಿ
ಬೀದಿ
ಬೀದಿ ಅಲೆಯುತ್ತಿವೆ;
ಬಸ್ ಸ್ಟ್ಯಾಂಡಿನ ಬೆಂಚಿನ ಮೇಲೆ
ಥರಗುಡುತ್ತ ಮಲಗಿದ ಭಿಕ್ಷುಕನ
ಮೇಲೆ ಕಂಬಳಿಯ ಹೊದೆಸಿವೆ
ಪ್ರೇಮಿಗಳ
ಅರೆ ತೆರೆದ ಕಿಡಕಿ ಬಾಗಿಲು
ಸಂದಿಗಳಲಿ ನಿಂತು ಪಹರೆ ಕಾಯುತಿವೆ
ಅರ್ಧ ಬರೆದಿಟ್ಟ ಕವಿತೆಯ ಖಾಲಿ
ಹಾಳೆಯಲಿ ಅಲ್ಲಲ್ಲಿ ತಂಗುತ್ತಿವೆ.

ತಣ್ಣನೆಯ ಇರುಳಿನಲಿ
ಅಬ್ಬೇಪಾರಿಯಂತೆ ಅಲೆಯುವ ಅಲೆಮಾರಿ ಗಾಳಿಯಲಿ;
ಕಲೆತು ಉಸಿರು ಬಿಗಿ ಹಿಡಿದು
ಮಲಗಿದ ಬೀದಿಗಳ ನರ ನಾಡಿ
ಸಡಿಲುಗೊಳಿಸುತಲಿವೆ.

ಹಾಡದ ರಾಗಗಳ ಆಲಾಪ
ಗಾಯಕನ ಕೊರಳಿನಲಿ
ಪುಟ್ಟನ ಮುಷ್ಠಿಯೊಳಗಡಗಿ
ಫಡ ಫಡಿಸುವ ಚಿಟ್ಟೆಯ ರೆಕ್ಕೆಗಳಂತೆ!

ಜಗದ ಜೋಗುಳ
ನಿನ್ನ ತುಂಬಿದ ಜೋಳಿಗೆಯಲಿಟ್ಟ
ಕಿನ್ನರ ಜೋಗಿಯೇ! ಹಾಡಾಗದ ರಾಗವ ಹಿಡಿದು
ಇಂದು
ಎರಡು ಸಾಲಿನ ಪಲ್ಲವಿಯಾದರೂ
ಹಾಡು;
ನಿನ್ನ ಮಾಯಕದ ರಾಗದ ಅಲೆ
ಈ ಚಳಿ ಗಾಳಿಯಲಿ ತೇಲಿಸು.

ಬಡಮೊಲೆಯ ಹಾಲು ಸಾಲದೆ;
ಒಂದೇ ಸಮ ಅಳುವ ಕಂದನ ರಮಿಸು.

ಕಂದೀಲು ಕಣ್ಣಿನ ಆಯಿ

ಹಿತ್ತಿಲು ಬಾಗಿಲಿನಿಂದ ಹಗಲು ಹೊತ್ತಿನಲೇ
ಓಡಿ ಹೋದ ಮಗ;
ಮುಂಬಾಗಿಲಿನಿಂದ
ಬಂದೇ ಬರುತ್ತಾನೆಂದು
ಬೆಳತನಕ ಕಾಯುತ್ತಲೆ ಇದ್ದಳು ಕಂದೀಲು
ಕಣ್ಣಿನ ಆಯಿ.

ಗುಡ್ಡದ ಹೆಗಲೂರಿ ಏರುವ ಬೆಳಕು;
ಮರದ ಮರೆವಿನಲಿ ಮುಳುಗುವ ಕತ್ತಲು.

ಹಿತ್ತಿಲಿನಲಿ ತೊಳೆದು ನೇತು ಹಾಕಿದ ಅಂಗಿ
ತೊಟ್ಟಿಕ್ಕುವ ನೋವು.

ನಡು ಮನೆಯೊಳಗೆ
ಸುಡುವ ಹೂವಿನಂತೆ ರಾತ್ರಿಯಿಡೀ ಕುಳಿತೆ ತೂಕಡಿಸುವ
ಕಂದೀಲಿನ ಸುತ್ತ
ದಣಿದ ಮೂಲಾಕ್ಷರಗಳು
ಹೊಂದಿಸಿ ಬರೆಯಲಾಗದ ಪದಗಳು
ಅಂಕೆ ತಪ್ಪಿದ ಅಂಕ ಗಣಿತ
ಅರೆಗತ್ತಲಿನಲಿ ಕಾಲಿಗೆ ಸುತ್ತುವ ಕಾಗುಣಿತ
ಬಳ್ಳಿ ಅಂಟು.

ಗಡಿ ಮೀರಿದರೆ ಗಡಿಬಿಡಿ;
ಗೆರೆ ದಾಟಿದಕೆ ರಾಮಾಯಣ
ಗಡುವು ಮೀರಿದೊಡೆ ಮಹಾಭಾರತ!

ಸಂಜೆ ಮಿಲಿಟರಿ ಯುನಿಫಾರ್ಮು
ಹಾಕಿಕೊಂಡ ಹುಡುಗರನ್ನು
ಹೇರಿಕೊಂಡು ಗುಡ್ಡ ಏರಿ ಹೊರಟೇ ಹೋದವು ಸಾಲು
ಸಾಲು ರೈಲುಗಳು;

ಬೇಗ ಬೆಳಕಾದರೆ
ಸಾಕೆಂದು ಕಾಯುತ್ತಿದೆ ಸತ್ತ
ಬೆಳಕು ಸೂಸುತ್ತ ಕುಳಿತ
ನಡುಮನೆಯ ಕಂದೀಲು!

ಪೊರೆವ ತೊಟ್ಟಿಲು

ಪ್ರತಿ ಪುಟ್ಟ ಮನೆಯಲ್ಲೊಂದು
ಅಟ್ಟ ಇದ್ದೆ ಇರುತ್ತದೆ!
ಮತ್ತು ಅಟ್ಟದ ಮೇಲೊಂದು ಮರದ ಕುಸುರಿ
ಕೆತ್ತನೆಯ ಮುರಿದ ತೊಟ್ಟಿಲು!

ಧೂಳು ಮೆತ್ತಿದ ಮುರಿದ ತೊಟ್ಟಿಲೂ;
ನಿತ್ಯ ತೂಗುತ್ತದೆ ಊರು ಬಿಟ್ಟ ಮಕ್ಕಳ
ಕನಸಿನಲಿ!

ಊರು– ಬೆಂಗಳೂರು – ಊರು
ಎಷ್ಟೊಂದು ಆರೋಹಣ ಅವರೋಹಣ
ಏರಿಳಿವಿನ ಇಡುಕಿರಿದ ಹಾದಿ;
ಎರಡು ತುದಿಗಳ ನಡುವೆ ಜೀಕುವ
ದಣಿದ ಕನಸುಗಳಿಗೆ ವಿರಾಮವಿಲ್ಲ.

ದಣಿವರಿಯದೆ ನಿತ್ಯ ಸುತ್ತುವ
ಭೂ ತೊಟ್ಟಿಲಿನಲಿ ಹುಟ್ಟಿ

ಬೆಳೆದ ನಾಗರಿಕತೆಗಳು ಅರೆ ಮಂಪರಿನ
ಇತಿಹಾಸದ ದಿಗಿಲು
ಚಾರಿತ್ರ್ಯವಿಲ್ಲದ ಮಹಾನಗರ.

ತಾಯ ಸೆರಗಿನ ತಿಳಿಗಾಳಿ ಲಾಲಿ;
ಕತ್ತಲ ಕಾವಲಿಗೆ ಕಂದೀಲು ಹಿಡಿದು ತೇಲುವ ಚಂದ್ರ!
ಹೂ ಚುಕ್ಕಿ ಮುಡಿದ ನಿತ್ಯ ಮತ್ತೈದೆ ಮುಗಿಲು.

ತುಂಬಿ ತುಳುಕುವ ಗಂಗೆಯಲಿ
ಇಳಿದ ಅನುಮಾನ ಅವಮಾನದ
ತೊಟ್ಟಿಲನು ಕಾಯುತಿರುವ ಜೋಡು
ದಡಗಳ ತಾಯ ತೋಳುಗಳು;
ಮುಚ್ಚಿದ ಕಂದನ ಕಣ್ಣಿನೊಳಗೆ
ತಳಮಳಿಸುವ ಗಂಗೆ ಕಳವಳದ ಕಡಲು!

ಎಚ್ಚರದ ತೊಟ್ಟಿಲಿನಲಿ
ನಿರಾತಂಕ ನಿದ್ದೆ ಜಾರಿದ ಮಗು;
ಜೋಡುಗಣ್ಣಿನ ದಡದಗುಂಟ
ಅನವರತ ಹರಿಯುತಿಹಳು ಗಂಗೆ
ಪೊರೆವ ಕೈಗಳು ಸಿಗುವತನಕ; ಎಚ್ಚರದಲ್ಲೇ!

ಜನರಲ್ ವಾರ್ಡ್

ಜನರಲ್ ವಾರ್ಡಿನ
ಮೂರನೇ ನಂಬರಿನ
ಕಡು ಹಸಿರು ಹಾಸಿಗೆಯ ಮೇಲೆ
ಬಿಳಿಚಿಕೊಂಡು ಬಿದ್ದ ಹಗಲು ಹಾಳೆ;
ಮುದುಕಿ ಹೊರಳಿದಂತೆಲ್ಲಾ
ಮಗ್ಗಲು ಬದಲಿಸುವ ನೋವು
ನರಳಿಕೆ!
ಅರಿವಳಿಕೆ ಕೊಟ್ಟರೂ ಬಾರದ ನಿದ್ದೆ.

ನೀಲಿ ಪರದೆಯ ಹಿಂದೆ
ಸರಿದು ನಿಂತ ಸಾವಿನ ನೆರಳು;
ಕಿಡಕಿಯ ಹೊರಗಿನ
ಮಾಗಿಯ ಚಳಿಗೆ ತಿಳಿ ಹಳದಿ
ಎಲೆಯುದುರಿಸುವ ಬಾದಾಮಿ.

ಓ.ಟಿ.ಯೊಳಗೆ
ಮುರಿದ ಕಾಲಿನೊಳಗೆ ಸ್ಟೀಲು ಕಂಬಿ

ತೂರುತಿರುವ ವೈದ್ಯರು;
ಹೊರಗೆ
ಕಾಲು ಮುರಿದುಕೊಂಡ ಬಿದ್ದ
ಕಾಲದ ಗಡಿಯಾರ ಓಡುತಿಲ್ಲ.
ಕಾರುಣ್ಯದಲಿ ಕಾಯುತಿರುವ ಕಣ್ಣುಗಳು!

ಟೀಪಾಯಿಯ ಮೇಲೆ
ಬೆಳಗಿನ ನಗೆ ನವಿಲು ಹರಡಿದ ದಿನಪತ್ರಿಕೆ;
ಎಲ್ ಇ ಡಿ ಟೀವಿಯಲಿ
ಹಸಿರು ಹುಲ್ಲು ಹಾಸಿನ ಮೇಲೆ
ಒಂದು ಕಾಲು ಚೆಂಡಿನ ಹಿಂದೆ ಓಡುತ್ತಿರುವ
ಹತ್ತು ಹಲವೆಂಟು ಕಾಲುಗಳು.

ಕಾಯುತ್ತಿದ್ದಾರೆ
ಇವರು ಯುಗ ಯುಗಗಳಿಂದ
ಹೀಗೆ ಒಳಗಿದ್ದವರು ಬೇಗ ಹೊರಬರಲೆಂದು;
ಹೊರಗಿದ್ದವರೊಮ್ಮೆ ಒಳಗೆ
ಹೋದರೆ ಸಾಕೆಂದು!

ನಡು ಮಧ್ಯಾನ್ಹದ ಬಿಸಿಲು ಬೇಗೆ;
ಅರಿವಳಿಕೆ ನೀಡಿದೆ ಪೇಟೆಗೆ
ಮರದ ನೆರಳು ಕರೆದು ಸಂತೈಸುತ್ತದೆ
ಬೆಂಕಿಯ ನಾಲಿಗೆಗಳ
ಮಂಪರು ಬಡಿದ ವಾಹನಗಳು
ನಿಂತೇ ತೂಕಡಿಸುವ ಮೇಲು
ಸೇತುವೆಗಳು.

ಹೆರಿಗೆ ವಾರ್ಡಿನಲಿ ಈಗಷ್ಟೇ
ಅರಳಿದ
ತಿಳಿ ಗುಲಾಬಿ ಬಣ್ಣದ ಹೂಪಕಳೆ ಪಾದ
ಮಾತ್ರ

ಕಾಣುವ ಹಾಗೆ;
ಹಸಿರು ಬಟ್ಟೆಯಲ್ಲಿ ಸುತ್ತಿಟ್ಟ
ಒಂದೇ ಸಮ ಕಿರುಗುಟ್ಟಿ
ಕಿರುಚಿ ಅಳುವ ಹಸುಳೆ.

ಇಳಿ ಸಂಜೆ
ಹಗಲು ಪಾಳಿ ಮುಗಿಸಿ
ದಿನಕರ ಹೊರಡುವ
ಹೊತ್ತಿಗೆ;
ಇವಳು ಅವನ ಬೆಳದಿಂಗಳ ತುಟಿಗೆ
ಮೊಲೆಯೂಡಲು ಎದ್ದಿದ್ದಾಳೆ.

ಸುಡುಬಿಸಿಲ ದಿನದ ಹಿಂದೊಂದು
ಸಂತೈಸುವ
ಬೆಳದಿಂಗಳ ಇರುಳು.

ಹ್ಯಾಪೀ ನ್ಯೂ ಈಯರ್

ಹೊಸ ವರುಷದ ಹಿಂದಿನ ದಿನ
ಪ್ರತಿ ಬಾರಿ ನೆನಪಾಗುತ್ತಾರೆ;
ಹಳೆಯ ಗೆಳೆಯ ಗೆಳತಿಯರು.

ಹೈಸ್ಕೂಲಿನ ಗ್ರುಪ್ ಫೋಟೊದ ಹಿಂದಿನ
ಬಯಲಿನಲಿ ಮೂಡಿದ ಕಪ್ಪು ಬಿಳುಪಿನ
ಕಾಮನಬಿಲ್ಲು!
ಕೆಲ ಮುಖಗಳ ಮೇಲೆ ಮೆತ್ತಿದ ಫಂಗಸ್ಸು
ಮತ್ತೆ ಬಿತ್ತಲಾಗದೇ ಆ ನಗೆ ನೋವು ?
ನವೀಕರಿಸಲಾಗದ ಬಣ್ಣಗಳು!

ಟೂರಿಂಗ್ ಟಾಕೀಜಿನ ಗೇಟಿನಲಿ ಅರ್ಧ
ಹರಿದು ಕೊಟ್ಟ ಟಿಕೀಟು;

ಜೋಪಾನವಾಗಿದೆ ಜೋಬಿನೊಳಗೆ
ಮುಂದಿನ
ಸಿನೇಮ ಬದಲಾಗುವವರೆಗೆ.

ಮಾಜಿ ಪ್ರೇಯಸಿಯ
ಮುಖದ ಮೇಲೆ ಸ್ತಬ್ಧ ಗಡಿಯಾರ;
ಅಲ್ಲಲ್ಲಿ ಸುಕ್ಕು ನರೆತ ಕೂದಲು
ಕೈ ಕೊಡುವ ನೆನಪು ಕನ್ನಡಕದ ಮರೆವು
ನಡಿಗೆಯೂ ತುಸು ನಿಧಾನ
ಯಾವ ನದಿ ಕದಿಯಿತೊ ಇವಳ ವೈಯ್ಯಾರ ?

ಕೆಂಪು ಅಂಚೆಯ ಡಬ್ಬ;
ಈಗ ವಾರಕ್ಕೊಮ್ಮೆ ಮಾತ್ರ
ತೆರೆಯುತ್ತಾರೆ.
ಖಾಲೀ ಡಬ್ಬಿಯಲಿ
ಹಳೆಯ ಪತ್ರಗಳ ಎದೆಯ ಬಡಿತ;
ಕೇಳಿ ಕಿವಿಯಿಟ್ಟು, ಗ್ರೀಟಿಂಗ್ ಕಾರ್ಡುಗಳ ಘಮ ಉಸಿರು
ಇದೆ ಇನ್ನೂ!

ಹಳೆಯ ಹತ್ತು ಪೈಸೆ ನಾಣ್ಯ
ಚಲಾವಣೆಯಲ್ಲಿಲ್ಲ ಈಗ;
ಆದರೂ ಸದ್ದು ಮಾಡುತ್ತವೆ ಆಗಾಗ
ಹಳೆಯ ಟ್ರಂಕಿನಲಿ
ಏನೊ ತಡುಕಾಡುವಾಗ
ಚಾಲನೆಯಲ್ಲಿದ ಮುಖಗಳಿಗೆ
ಕನಸಿನಲ್ಲಿ ಬಂದು ಕಾಡುವ ನೆನಪುಗಳಿಗೆಲ್ಲ
ಯಾವ ಬೆಲೆ ಕಟ್ಟುವುದು ಇವಕೆಲ್ಲಾ ?

ಆಳ ಕಡಲಿನಲ್ಲೆಲ್ಲೋ
ಮುಳುಗಿದ ದೋಣಿ;
ಹುಟ್ಟು ತೇಲಿ ಹೇಗೊ ಬಂದು ಹಣೆ ಚಚ್ಚಿ

ತುರ್ತಾಗಿ ಹೇಳಬೇಕಿದೆ ಏನೊ ತೀರದ ಬಂಡೆಗಳಿಗೆ
ಅಲೆಗಳ ಅಬ್ಬರದಲ್ಲಿ ಕೇಳಿಸುತಿಲ್ಲ ಏನೂ!

ಹನಿಗಣ್ಣಿನಲಿ ವಿದಾಯ;

ಹೊಸ ವರ್ಷಕ್ಕಾದರೂ
ಮಾಯಲಿ ಎದೆಯ ಹಳೆಯ ಗಾಯ.

ಮಾಯೆಯ ಆಟ

ಭಾಗ - ಒಂದು

ರಂಗದ ಮೇಲೆ ನೆತ್ತರ ಬಣ್ಣದ ಬೆಳಕು;
ಹನಿ ಗಣ್ಣು ಬಸಿದ ಎಣ್ಣೆಯಲಿ ಉರಿವ
ಹಿಲಾಲು.
ಗಾಳಿಯಲೆಯಲಿ ತೇಲಿ ಬರುತಲಿರುವ
ಸೂತಕದ ಸ್ವರ;
ಆಟದ ಮೊದಲ ಅಂಕ ಶುರುವಾಗಬೇಕು
ಇನ್ನೇನು
ಪರದೆ ಏಳುವುದೊಂದೆ ಬಾಕಿ!

ಇಂದಿಗೆ
ಎಷ್ಟೋ ಶತ ಶತ ಮಾನಗಳ ಹಿಂದೆ

ದೊಡ್ಡ ಪರದೆಯ ಮುಂದೆ;

ಬರಿ ನೆತ್ತರ ಬಸಿವ ನದಿ ಉರಿವ ಹಾದಿ
ಗೂ ಗಡಿ ಗೆರೆ ಮುಳ್ಳ ಬೇಲಿ

ಅರಳುವ ಹೂವಿಗೂ ಪುಂಡ ಭಟರ ಕಾವಲು
ಕುಂತಲ್ಲಿ ನಿಂತಲ್ಲಿ ಎಲ್ಲಿ ನೋಡುವಿರಲ್ಲಿ
ಕಳವಳದ ಕಣ್ಣು ತಳಮಳದ ಕಡಲು;

ನರ ಮಾನವರೂ ಯಕಶ್ಚಿತ್
ಮುಟ್ಟಿದರೆ ಮೈಲಿಗೆ
ಒಲಿದು ಬೆಸುಗೆ ಗೊಂಡರೆ ಹೇಸಿಗೆ
ಆಚಾರವಿಲ್ಲದ ನಾಲಿಗೆ
ಅಂಬಿಗನಿರದ ಸೊಕ್ಕಿದ ನದಿಯಲಿ ಬಿಕ್ಕುವ ಅಲೆ
ದಿಕ್ಕೆಟ್ಟ ದೋಣಿ
ಆಕರಾಳ ವಿಕರಾಳ ತಳ ತುದಿ
ಮೊದಲಿಲ್ಲದ ಅನಾಚಾರದ ಅಮಲು
ಎಲ್ಲೆಲ್ಲೂ ಅಭೇಧ್ಯ ಕೋಟೆ ಕೊತ್ತಲು
ಸಿರಿ ಗರ ಹೊಡೆದವರ ಅರಮನೆ ವಾಡೆ
ಬಯಲಿಗೂ ಬೇಲಿ ಬಾನೆತ್ತರದ ಗೋಡೆ;

ಇಲ್ಲೊಂದೀಸು ಜನರಿಗೆ;

ಅತ್ತ ಕುಡಿವ ನೀರೂ ಅವರದಲ್ಲ
ಇತ್ತ ಕಡೆದು ನಿಲ್ಲಿಸಿದ ಕಲ್ಲು ದೇವರೂ
ಅವರದಲ್ಲ
ರತ್ನ ಚಿನ್ನ ವಜ್ರ ವೈಢೂರ್ಯ
ಮಣ್ಣು
ಹಾಳಾಗಿ ಹೋಗಲಿ ಮಾರಾಯಾ ,
ಮಸಣವೂ ಅವರದಲ್ಲ!
ಅತ್ತ ನಾಕವೂ ಅಲ್ಲದ ಇತ್ತ ನರಕಕೂ ಸಲ್ಲದ;

ಭವದ ಕೇಡಿನ ಈ ದುರಿತ ಕಾಲದ
ಎನ್ನ ಭರತ ಭೂಮಿಯ ಒಡಲು
ಒಳ ಬೇಗುದಿಯಲಿ ಕುದಿ ಎಸರಿನಂತೆ
ಕುದ್ದು ಕುದ್ದು ಕುದ್ದು ತಳಮಳಿಸಿ

ಯಾವ ದೇವರು ಅಲಗಿಸಿದರು ಅಲುಗದ
ಉರುಳಿಸಿದರೂ ಉರುಳದ ಬುಗುರಿ
ಖುದ್ದು ಬಿಗಿಯಿರುವ ತಳದ ಆಕಾರಕೆ ಹಂಬಲಿಸಿ;

ಚಿಗುರೊಡೆದ ಮರದ ಎಲೆ
ಎಲೆಯೊಳೂ ಎಲವ ಕಹಿ ಸೋರೆ; ಎಕ್ಕೆ ಕಾಯಿ
ಕಾಯದ ಮನ
–ದ ತಿರುಳಿನಲಿ ತಿಳಿದು ನೋಡಿದರೆ ಚಿತ್ತ ಅತ್ತಿಯ ಹಣ್ಣು:
ಹೆಪ್ಪುಗಟ್ಟಿ ಕೀವು ನೋವು ತುಂಬಿದ
ಕುಂಡೆಯ ಮೇಲೆ ಮಾಗಿದ ಹುಣ್ಣು.

ಅನ್ನದ ಬದಲಿಗೆ
ಒಲೆಯ ಮೇಲಿದೆ ಎದೆಯ ಬೇಗೆ
ಬರಿ ಗಣ್ಣಿಗೆ ಕಾಣಿಸುವುದೇ ಒಡಲ ಕಿಚ್ಚಿನ ಹೊಗೆ?
ಎಳ್ಳಿಲ್ಲದ ಬರಿದೆ ಶೂನ್ಯ ಸುತ್ತುವ
ಗಾಣದ ಎತ್ತಿನ ಬಗೆ!

ನಿರಾಕಾರವೊಂದು ಆಕಾರವಾಗಿ ಸಾಕಾರಗೊಳ್ಳಲು
ಏಸು ಯುಗ ಯುಗಗಳ ದಣಿವಿರದ ದಾರಿ ಇದು! ಏನು
ಕತೆ ?

ಭಾಗ - ಎರಡು

ಹಾಲಾಹಲದ ಕಡಲು ಕಡೆಯದೆ
ದಕ್ಕುವುದಿಲ್ಲ ಅಮೃತ ಕೂಡ,

ಹೀಗಿರಲು ಒಂದು ದಿನ;
ಜಗದ ಡೊಂಕವ ತಿದ್ದಿ ತೀಡಲು
ಯುಗವೇ ಆರಿಸಿಕೊಂಡಂತೆ ಅವತಾರ ಪುರುಷನೊಬ್ಬನ
ದಿಕ್ಕು ದೆಸೆ ದೇವರೂ ಇಲ್ಲದ ಮಕ್ಕಳಿಗೆ ಬೆಳಕಿನ ಕಣ್ಣು
ಮೂಡಿದ ಹಾಗೆ ಜಗದ ನಾಟಕದ ರಂಗದ ಮೇಲೆ
ಬಂತೊಂದು ಜಗವ ಬೆಳಗುವ ಜ್ಯೋತಿ!
ಯುಗದ ಸೂತ್ರಧಾರಿ;

ಕಾಯಕವೇ ಕೈಲಾಸವಾಯಿತು ಯುಗ;
ಮೈಯ ಬೆವರನೆ ಬಸಿದು ಪಣತಿಗೆಯೂಡಿ
ಹಸಿದ ಕರಳುನೆ ಹೊಸೆದು ಬತ್ತಿಯ ಮಾಡಿ
ಶಿವ ಶರಣರು ಬರುವ ಹಾದಿಗೆ ಎದೆಯ ವಚನ
ನಾಮಾಮೃತದ ಹಾಡು ಹಸೆ;
ಹಣತೆಯ ಹಾಸಿ ಹರಿವ ರಗುತಕೆ ಬೊಗಸೆಯೊಡ್ಡಿ
ಸುರಿವ ಹನಿ ಗಣ್ಣಿಗೆ ಕೊರಳನೊಡ್ಡಿ
ಕೊರಡು ಕೊನರಿಸಿ ಬರಡು ಹಯನಿಸಿ
ಅಳುವ ಮಕ್ಕಳ ಕೈಗೆ ಆಟಿಕೆ ಕೊಟ್ಟು ರಮಿಸಿ;

ಬಟಾ ಬಯಲಿನ ಬಿರು ಬಿಸಿಲು
ಸೀದಾ ಬರಿ ನೆತ್ತಿಗೆ ಸುರುವಿಕೊಂಡು ಸುಡು ನೆತ್ತಿಯೆ ಬತ್ತಿ
ಬೆಂಕಿಯಾಗಿ ಉರಿ ಉರಿದು ಡೊಂಕಿನ
ಲೋಕಕೆ ಬರಿಯ ಬೆಳಕು ಬೆಳಕನೇ ಸುರಿದು
ತುಳಿ ತುಳಿದು ಹದಗೊಂಡ
ಭೂ ಚಕ್ರ ದ ಮೇಲಿನ ಮಣ್ಣ ಮುದ್ದೆಯ
ಅಕರಾಳ ವಿಕರಾಳ ತನುವ
ಸಂತೈಸಿ ಮನವ ಸಂತೈಸಿ
ಮೈಯ ಸವರಿ ತಿದ್ದಿ ತೀಡಿ ರೂಹು ಮೂಡುವ
ಮೊದಲೇ;

ಅಣ್ಣಾ
ಬಸವಣ್ಣಾ ಆ ದಿನ ಕೊಟ್ಟ ಕುದುರೆಯನು ಇಲ್ಲೆ ಬಿಟ್ಟು
ರಂಗದ ಮೇಲಿನ ಸೈಡು ವಿಂಗಿನಿಂದ
ಥಟ್ಟನೆ ಎತ್ತ ಹೊರಟು ಬಿಟ್ಟರಿ ಗಡಿಬಿಡಿಯಿಂದ ಇಲ್ಲಿ;
ಎಲ್ಲ ಹಾಗೆ ಬಿಟ್ಟು ಮುಖಕೆ ಮೆತ್ತಿದ ಬಣ್ಣವನೂ
ತೊಳೆಯದೆ ತೊಟ್ಟ ಪೋಷಾಕು ಕಳಚದೆ;

ಪಾತ್ರಧಾರಿಗಳು ಕಾಯುತ್ತಿದ್ದಾರೆ ಇನ್ನೂ
ಅಲ್ಲೇ ಆ ಗ್ರೀನ್ ರೂಮಿನ ಅರೆ ಬರೆ ಬೆಳಕಿನಲ್ಲೆ!

ಅರೆ ಬರೆ ಸಾಲುಗಳು

ತನ್ನ ಬೆಡಗು ಬಿನ್ನಾಣ
ಬಿಂಕಕ್ಕೆ
ತಾನೇ ಮರುಳಾಗಿರುವಳು
ಬಟ್ಟೆಯಂಗಡಿ ಎದುರಿನ
ಮೇನ್ ಕಿನ್ ಚೆಲುವೆ.

ತನ್ನ ಪದಗಳ ಡೊಂಕಿಗೆ ತಾನೇ
ಬೆರಗಾಗುವುದು ಕವಿತೆ.

ಗಾಢ ನಿದ್ದೆಯೊಳೂ
ಹಸಿದ ಕಣ್ಣೊಂದು ಹಿಂಬಾಲಿಸುತಿದೆ
ದೀನ ನ ಮನೆಯ ದೀಪ
ಅವನ ಕಂಬನಿಯ ಬಸಿದೆ
ಉರಿಯುತಿದೆ.

ಕರಿ ಮಸಿಯ ಮೊಹರು
ತಪ್ಪಿಸಿಕೊಂಡ ಲಕೋಟೆಯೊಳಗೆ
ಚಡಪಡಿಸುವ ಅಕ್ಷರಗಳು.

ದಾರಿ ಹೋಕನ
ಆರ್ತ ಹಾಡಿನ ಎದೆಯ ಕಿಡಿಗೆ ಕಂಪಿಸಿ
ಹೊತ್ತಿ ಉರಿದಿವೆ ಸಂತೆ ಪೇಟೆಯ
ದೀಪಗಳು.

ಕವಿತೆಗೂ ಒಂದು ದಿನವೇ?

ಕವಿತೆಯ ಈ ದಿನ
ಹಗಲು ರಾತ್ರಿ ಸಮ ಸಮ ಇದೆ
ಅನುಮಾನವಿದ್ದರೆ ಪಂಚಾಂಗ ನೋಡಿ

ಹೊತ್ತಿಲ್ಲದ ಈ ಹೊತ್ತಿಗೆ;
ಮೂಡುವ ಕವಿತಗೆ!
ಹಗಲಾದರೇನು; ಇರುಳಾದರೇನು;
ತೆರೆದಿಡಬೇಕು ಸದಾ ಬಾಗಿಲು
ಕವಿತೆಯ ಮೂಡಿದ್ದರೆ ಬಂದು
ಮೂಡೇ ಮೂಡುತ್ತದೆ ಮನದ ಒಳಗೊ
ಹೊರಗೊ;
ಹಣತೆ ಕತ್ತಲೆ ಮುಟ್ಟುವ ಹಾಗೆ ಮೆತ್ತಗೆ.

ಕೈ ಬೆರಳ ಲಟಿಕೆ ಮುರಿದು
ಚಿಟಿಕೆ ಹೊಡೆದಷ್ಟು
ಸರಾಗಸರಳವಲ್ಲವದು

ಖಾಲೀ ಹಾಳೆಗೆ;
ಬರೆ ಬರೆದಂತೆಲ್ಲಾ ಬರುವುದಲ್ಲ ಅದು;

ಬಾ ಅಂದಾಗ ಬರದ;
ಹೋಗು ಎಂದಾಗ ತೆರಳದ
ಸಂತೆಯಲಿ ಸರಿವಾಗ ಥಟ್ಟನೇ ಮಿಂಚಿ
ಮರೆಯಾದ ಕಣ್ಣೊಂದು ಬೆಂಬಿಡದೆ
ಬೇಟೆಯಾಡಿದ ಹಾಗೆ ಕಾಡಿ
ಕಾದ ಕಾವಲಿಯ ಮೇಲೆ ಸಿಡಿವ ಸಾಸಿವೆ
ಮನ
ಅಲ್ಲಿಗೆ ಯಾವ ದಿನ ಗಳಿಗೆ
ನಕ್ಷತ್ರ ಹಗಲು ಇರುಳು!

ಕವಿತೆಗೂ ಒಂದು ದಿನವೇ?

ಅದು ಹಾಗಲ್ಲ;
ಕಾಯಬೇಕು ಅದು ಬರುವ ತನಕ
ಮೂಡಬೇಕು ಪ್ರತಿ ಕವಿತೆ;
ಕವಿಯೊಳಗೆ ಕನ್ನಡಿಯೊಳಗಿನ ತನ್ನದೇ ಬಿಂಬದ ಹಾಗೆ.

ಮುಟ್ಟಬೇಕು ಕವಿ
ಕವಿತೆ;
ಕತ್ತಲು ಮುಟ್ಟುವ ಹಾಗೆ
ಈಗಷ್ಟೇ ಹಚ್ಚಿದ ಹಣತೆ!

ಮುಂದುವರೆದು

ಮುಂದುವರೆದು.....

ಅವನ ರೈಲು ಏರಿ ಅವನ ಊರಿಗೆ
ಅವಳ ಬಸ್ಸು ಏರಿ ಅವಳ ಊರಿಗೆ
ತೆರಳಿದಾಗ;
ಕವಿತೆಯ ಕೊನೆಯ ಪದ ನಿಲ್ಲಬೇಕಿತ್ತು
ಪೂರ್ಣ ವಿರಾಮದೊಂದಿಗೆ!

ಆದರೆ
ಪಯಣ ನಿಲ್ಲುವುದಿಲ್ಲ ಎಂದೂ;
ಒಂದು ಪುಟಮುಗುಚಿದೊಡೆ
ಇನ್ನೊಂದು ತೆರೆಯುವ ಹಾಗೆ.
ಹಗಲು ರಾತ್ರಿ ಯುಗಾದಿ ರಾಮನವಮಿ
ಮಳೆಗಾಲ ಚಳಿಗಾಲ ಬೇಸಿಗೆ
ರಣ ಬಿಸಿಲು ಚಂಡಮಾರುತ.

ಮುಂದುವರೆದು.......

ಕಿಡಕಿಯ ಹೊರಗೆ
ತೂಕಡಿಸುವ ಮರದೊಳಗೆ;
ಎಚ್ಚರದ ಹಕ್ಕಿಗಳು.
ಅರೆ ನಿದ್ದೆ ಅರೆ ಎಚ್ಚರದ ಜೋಡಿ ಹಳಿಗಳ
ಮೇಲೆ
ಓಡುತಿರುವ ರೈಲು.

ಪೆನ್ನು ಪುಸ್ತಕ ಸವೆದ ಹವಾಯಿ
ಕೊನೆಯ ಬಾರಿ ಮನೆಗುಡಿಸಿ
ಗಂಟು ಮೂಟೆ ಕಟ್ಟಿ;
ಎಷ್ಟು ಸ್ವಚ್ಛಗೊಳಿಸಿದರೂ ಉಳಿದಿವೆ
ಇನ್ನೂ ಗೋಡೆಯ ಮೇಲಿನ ಗೀರು
ಗಿಫ್ಟು ಕವರು ಮೇಲಿನ
ರೇಷಿಮೆ ನೂಲು ಒಲೆಯ ಮೇಲಿನ ಉರಿಗೆ
ಉಕ್ಕಿ ಬಿದ್ದ ಪ್ರೀತಿ ಹಾಲಿನ ಗುರುತು
ಬಾಗಿಲ ಹಿಡಿಕೆಯ ಮೇಲಿನ ಅವಳ
ಬೆರಳಚ್ಚು.

ಮಗ್ಗಲು ಬದಲಿಸಿದಾಗಲೆಲ್ಲ ನರಳುವ
ನೆನಪು;
ಕಿರುಬೆರಳ ಸೋಂಕಿಸಿದರೆ
ದ್ರವಿಸುವ ಕನಸು.
ಒಲವ ಪತ್ರಗಳಲಿ ಒಡೆದ ಅಕ್ಷರಗಳ
ನಡುವೆ ಅಲ್ಪ ವಿರಾಮಗಳಲಿ ತಂಗಿರುವ
ನಿಟ್ಟುಸಿರು ನಿಡುಸುಯ್ಲು!

ಹೊರತು ಪಡಿಸಿ.....!

ಮೂರನೆಯ ಮಹಡಿಯ
ಡೋರ್ ನಂಬರ್
ನೂರ ಒಂಬತ್ತನೆಯ ಮನೆಯ
ಸದರಿ ಸ್ವತ್ತು ಯಾರು ಬೇಕಾದರೂ
ತಿಂಗಳ ಒಂದನೆಯ ತಾರೀಕಿನೊಳಗೆ
ಬಾಡಿಗೆ
ವಿದ್ಯುತ್ ಬಿಲ್ಲು ಪಾವತಿಸಿ ಹನ್ನೊಂದು
ತಿಂಗಳ ಅವಧಿಯ ಕರಾರು ಪತ್ರದೊಂದಿಗೆ
ಸಾಕ್ಷಿ ಸಹಿಯೊಂದಿಗೆ ನೋಟರಿಯಲ್ಲಿ
ದಾಖಲಿಸಿ ತಮ್ಮದಾಗಿಸಿಕೊಳ್ಳಬಹುದು!

ನಾನೆಂಬುದಿಲ್ಲಿ ಏನು! ಏನು?

ಸರಿ ತಪ್ಪುಗಳ
ತಕ್ಕಡಿ ತೂಗುವಲ್ಲಿ ಎದೆಯೊಳಗೆ
ಚುಚ್ಚುವ ಸತ್ಯದ ಮುಳ್ಳ ಮೊನಚು.

ಪಾಪ ಪುಣ್ಯಗಳ ಅಳೆಯುವ
ಇಂಚುಪಟ್ಟಿಯಲಿ ಕದಲುವ ಸಣ್ಣ
ಕರುಳಿನ ನೆಂಟಸ್ತನಗಳು.

ಹರಿವ ನೀರಿನೊಳು ಬೆಂಕಿ;
ಉಗುಳವ
ಸಣ್ಣ ಸೋನೆಯಲಿ ಸುರಿವ ಜೀವ.

ವಿಷ ಕಡೆಯದ ವಿನಃ
ದಕ್ಕುವುದಿಲ್ಲ ಅಮೃತ ಸಹ!

ಬಾಗಿದಕೆ ಬಾಳೆ ಹಣ್ಣು;
ಎವೆಯ ಬೇಲಿಯೊಳಗೆ ಜಗ
ಅಳೆಯುಲು ಹೊರಟ ಸೋತ ಕಣ್ಣು.

ನಾ
ಎಂಬುದಿಲ್ಲಿ
ಸಿಗರೇಟಿನ ಕೆಂಡದ ತುಂದಿಗಂಟಿಕೊಂಡ
ಬೂದಿ ಕಿರೀಟ!

ಸದ್ದು

ತೆರೆದ ಎದೆಯ ಹಾಗೆ;
ಊರ ಸೇದು ಬಾವಿಗೆ.
ಕಿರಗುಡುವ ಉರುಳು ಗಾಲಿ
ಅವಳ ಕೈ ನುಣುಪಿನ ನೂಲು ಹಗ್ಗ!

ಆಳದೊಡಲೊಳಗೆ
ನದಿಯ ಕವಲು ಕಾಲು ಹಾದಿ;
ಬಿಟ್ಟುಕೊಂಡ ಬಾವಿ ಬತ್ತಿದ್ದು ನೋಡಿಲ್ಲ
ಇಲ್ಲಿಯ ತನಕ ಯಾರೂ!

ಹಗಲಿಡಿ
ಕೊರಳು ಕುಣಿಕೆಗೊಡ್ಡಿದ ಕೊಡಗಳ
ಸರ ಭರ ಚಲನೆ ಆರೋಹಣ
ಅವರೋಹಣ;
ಹಗ್ಗ ಇಳಿಬಿಟ್ಟು

ಅಳೆಯಬಹುದಿತ್ತು ಊರ ಕರುಣೆಯ ಕಣ್ಣಿನ
ಆಳ ಅಗಲ ವಿಸ್ತಾರಗಳ.

ತಳದ ತಿಳಿಯಲಿ
ಇಳಿ ಬಿದ್ದ ಕೊಡಗಳ ಹೊಳೆಯುವ ಮೈಗೆ
ಮೈ ತಾಗಿಸಿ ಖಣ ಖಣಿಸಿ ತಳ ಮಳದ ಮಾತು
ಖಾಲೀಯಾಗಿ;
ದುಡ್ ದುಡುಕು ಬುಡುಕು ನೀರು
ತುಂಬಿದ ಕೊಡದ ಸದ್ದಿಲ್ಲದೆ ಮೇಲೆರುವ
ಸ್ವರ್ಗಾರೋಹಣ ಪ್ರಾಣ.

ಸವೆದ ಹಸ್ತರೇಖೆಗಳ
ಸೇದು ಬಾವಿಯ ಹಗ್ಗಕ್ಕಂಟಿಸಿದ ಹುಡುಗಿಯೊಬ್ಬಳು;

ಆಡಿ ಹಾಡಿ ದಣಿದ ಜಗವು
ಮಲಗಿದ ಮೇಲೆ
ಬೆಳದಿಂಗಳ ಇರುಳಿನಲಿ ಬಾವಿಗೆ ಬಿದ್ದ
ಹರಕು ಮುರುಕು ಚುಕ್ಕಿ ಹೂ ಚಂದ್ರ ತುಂಡು
ಬೆಳದಿಂಗಳನು ಗಡಿಬಿಡಿಯಲೆ ಮಣ್ಣ ಮಡಕೆಗೆ
ತುಂಬಿಸಿಕೊಂಡು ಸದ್ದಿಲ್ಲದೆ ನಡೆದರೆ;

ಬಿಂದಿಗೆಯಲಿ ಇಳಿದ ಪುಟ್ಟ ಕಡಲಿನ
ಹುಚ್ಚು ಆವೇಶದ ಸದ್ದು
ತಡೆದೀತೆ ಈ ಮಣ್ಣ ಮಡಕೆ ಮನೆ ತಲಪುವ
ತನಕ ?

ಕತ್ತಿಯಲಗಿನ ಕನಸು

ಟಾಸ್ ಗೆ ಎಂದೆಸೆದ
ಸವೆದ ಒಂದು ರೂಪಾಯಿ ನಾಣ್ಯದಿಂದಲೇ
ಶುರುವಾಗಿದೆ
ಕೋಟಿ ಕೋಟಿ ರೂಪಾಯಿ
ಬಹುಮಾನಗಳ ಮೊತ್ತದ ಕ್ರಿಕೆಟ್ಬಾಟ್;
ಟಾಸಿಗೆಂದೆಸೆದ ಈ ಎರಡು
ಮುಖದ ನಾಣ್ಯದಲಿದೆ ಈಗ ಈ ದೇಶದ
ಭವಿಷ್ಯ.

ಒಮ್ಮೆ ಅವರು ಗೆಲ್ಲುತ್ತಾರೆ!
ಇನ್ನೊಮ್ಮೆ ಇವರು!

ಸೋತವರು ಹತಾಶೆಗೆ;
ಗೆದ್ದವರು ಕುಶಾಲಿಗೆ.

ಗಡಿಗಳಲ್ಲಿ ಸಿಡಿವ ಮದ್ದು ಗುಂಡುಗಳು
ಆ ಈ ಬದಿಯ ಬಡ ಗುಡಿಸಿಲಿಗೆ ಬಿದ್ದು

ಕಿಡಿಗೆ ಕಿಡಿ ತಾಗಿ ಪ್ರಕ್ಷುಬ್ಧ ಇಡೀ ಗಡಿ;
ಈಗ
ಉರಿದುರಿದು ದೇಹ ಹುರಿದುರಿದ
ಮುಕ್ಕುತಿರುವ ತುಪಾಕಿಗಳು.

ನೋಡ ನೋಡುತ್ತಲೆ;
ಆಟವೊಂದು ಕದನವಾಗಿ
ಕದನವೊಂದು ಮಕ್ಕಳಾಟವಾಗಿ
ಬಾಂಬು ಆಟಂ ಬಾಂಬು ಫಿರಂಗಿಗಳು
ಗುಡುಗಿ,
ಯೋಧನ ಮಡದಿ ವಿಧವೆಯಾಗಿ
ಅಣುಬಾಂಬಿನ ಬಟನ್ನುಗಳ ಮೇಲೆ
ಬಿಸಿ ತೋರು ಬೆರಳುಗಳು ಒಂದು ಇಶಾರೆಗಾಗಿ
ಕಾದಿರಲು;

ಯಾರೋ ಎಸೆದ ಗಾಳಗಳು
ಇನ್ಯಾರ ಗಂಟಲಿಗೋ ಸಿಕ್ಕು.
ಉರುಳಿಸಿದ ಚದುರಂಗದ ದಾಳಗಳು
ಕುದುರೆ ಕಾಲಾಳಿಗೆ ತಾಗಿ
ಉದ್ವಿಗ್ನ ರಾಜ ಉದಾಸ ಮಂತ್ರಿ
ಸಂಚಿನೊಳಗೊಂದು ಸಂಚಿಗೆ
ಕಿರೀಟಗಳೇ ಉರುಳುರುಳಿ ಕುರ್ಚಿಗಳೇ ಅದಲು
ಬದಲು; ಕಂಚಿ ಕಟಲು.

ಅಲ್ಲೋಲ ಕಲ್ಲೋಲ ಷೇರು ವಿಕ್ರಯ
ರೂಪಾಯಿ ಮೌಲ್ಯ ಪಾತಾಳಕೆ ಕುಸಿದು
ಪೆಟ್ರೋಲು ರೇಟು ಏರಿ;
ಈರುಳ್ಳಿ ಟೋಮ್ಯಾಟೊ ತಲಾ ಒಂದೊಂದು
ಬಾಂಬಿನ ಬೆಲೆಗೆ ಮಾರಿ.

ಗಡಿಯೊಳಗೆ ಎದ್ದ ಕದನ
ಸದನದೊಳಗೆ ಸದ್ದಾಗಿ ಅಕಾಲ ನೆರೆಯಂತೆ
ಊರು ಕೇರಿಯೊಳಗೂ ನುಗ್ಗಿ
ಮಂದಿ ಮಕ್ಕಳ ನಡುವೆ ಇಷ್ಟೆತ್ತರದ
ಗೋಡೆಗಳೆದ್ದು

ಚಿರ ಪರಿಚಿತ ನೋಟಗಳಲ್ಲೂ ಈಗ ಹರಿತ
ಈಟಿ
ಹಸಿವು ಹಾಹಾಕಾರ
ಹತ್ತಿಯ ಹೊಲ ಊಳಿದರೆ ಮಸೆದ
ಕತ್ತಿಗಳಳೆದ್ದು
ಗೋಧಿಯ ಹೊಲದಲಿ
ಉರಿಯದೇ ಉಳಿದ ಹುಸಿ ಹೋದ ಬಾಂಬುಗಳ ಕಳೇವರ
ಚಿನ್ನ ಬೆಳೆದ ಮಣ್ಣಿನ ಬಾಯೊಳಗೆ ಬರೆ ಸುಟ್ಟ ಗಂಧಕದ ಬೂದಿ.

ಗಗನಕೆ ಚಿಮ್ಮಿದ ಸವೆದ ಒಂದು ರೂಪಾಯಿಯಿಂದ;
ಶುರುವಾದ ಜೂಜಿಗೆ ಈಗ ಇಡಿ ಭೂಮಂಡಲವೇ ಸ್ಮಶಾನ ಕುರುಕ್ಷೇತ್ರ.

ಎದೆ ಎದೆಯ ತರಿದ ಇತಿಹಾಸದ
ಹರಿತ ಕತ್ತಿಯಲುಗಿನ
ಕನಸಿನಲಿ ಇಂದಾದರೊಂದು ಮಲ್ಲಿಗೆ
ಅರಳಲಿ.

ಕವಿ ಮತ್ತು ಕವಿತೆ

ಬಿರು ಬಿಸಿಲಿನ ಸೂತಕದ
ಖಾಲೀ ಕಣ್ಣಿನ ಮುಗಿಲು;
ಮಾತು ಮರೆತ ಮರದ ಹಕ್ಕಿಗಳ
ಬಿಕ್ಕಳಿಕೆ ಬರೆ ದುಗುಡ ದಿಗಿಲು.

ಹೆರಳು ಹೆಣೆಯುತಿರುವ
ಚಡಪಡಿಕೆಯ ಕೈ ಬೆರಳು; ಮಣ್ಣ
ದಾರಿಯ ಮೇಲೆ ತೆಂಗಿನ ಗರಿ ನೆರಳು
ಬಾಚಣಿಕೆ.

ಎಳೆದುಟಿಯಂಚಿನಲಿ ಉಂಡು
ಉಳಿದ ಹನಿ ಹಾಲು;
ಹಳೆಯ ಪುಸ್ತಕದ ತಿಳಿ ಹಳದಿ ಎಲೆಯ
ಮೇಲೆ ಹನಿ ಗಣ್ಣು; ಕವಿತೆ ಸಾಲು.

ಜೀವ ಜಾತ್ರೆಯ ತೇರು ಎಳೆದು
ಸುತ್ತಿಟ್ಟ ಹಗ್ಗ;
ನುಡಿಸಿ ಮುಚ್ಚಿಟ್ಟ ವೀಣೆಯಲಿ ತುದಿ
ಬೆರಳು ಕಂಪನ.

ಖಾಲಿ ಪಾತ್ರೆಯಲಿ ಸೌಟು
ತಿರು ತಿರುಗಿಸಿ ಹುಡುಕಿ ನೋಡುತ್ತಿದ್ದಾಳೆ
ಇವಳು;
ಹಸಿದ ಮಕ್ಕಳು ಉಂಡ ಮೇಲೆ ತನಗೆ ಏನಾದರೂ
ಚೂರು ಉಳಿಯಿತೆ ?
ನೂರು ದುಃಖಗಳ ತಾಯಿ ಗಾಂಧಾರಿ
–ಕವಿತೆ.

ಒಲೆಯ
ನಿಗಿ ನಿಗಿ ಕೆಂಡ ಉರಿದು
ಉಳಿದ ಬೂದಿ ಕಿರೀಟದ – ಕವಿ.

ಮೌನ ತಬ್ಬಿದ ಮೂರನೆಯ ದಿನ

ಮೌನವನೂ ಮುದ್ದಿಸಿ
ಗಲ ಗಲಿಸಿ ಮಾತನಾಡುವ
ಹುಡುಗಿ ಒಂದು ದಿನ ತನ್ನ ಮಾತೆ
ಕಳೆದುಕೊಂಡ 'ಸುದ್ದಿ' ಸದ್ದು ಮಾಡಲಿಲ್ಲ ಯಾವ
ಮಾಧ್ಯಮದಲ್ಲೂ!

ಸಾಲುಗಳ ನಡುವೆ
ನಾಪತ್ತೆಯಾದ ಸಣ್ಣ ಪದವನೂ
ಸರಿಯಾಗಿಯೆ ಜೋಡಿಸಿ ಕಣ್ಣಿಗೆ
ಹೊಂದಿಸಿಕೊಂಡು ಓದಿ
ಎಂದಿನಂತೆ ಇತ್ತು ಸದ್ದಿನ ಲೋಕ.

ಮೌನಕೂ ಇಂದು ಮೂರನೇ ದಿನ;

ತನಗಿಂತ ಎತ್ತರ ಬೆಳೆದ ಮೌನಕೆ
ಕಕ್ಕಾ ಬಿಕ್ಕಿ
ಈ ಹಕ್ಕಿ ಹುಡುಗಿ
ಬಿಡದೆ ಹಠ ಮೌನವನೆ ವಿಸ್ತರಿಕೊಂಡಳು
ಮನೆ ತುಂಬ; ಮೌನದ ಕಡಲನು
ಹಾಯಿಯಿಲ್ಲದೆ ನಿರಾಯಾಸವಾಗಿ ಆ ತುದಿಯಿಂದ ಈ ತುದಿಗೆ
ದಾಟಿ ಒಂದು ಬಿಸಿ ಚಹಾ ಕುಡಿದು
ಎಂದೂ ಬರೆಯದ ಚಿತ್ರ ಬರೆದು ಕುಣಿದರೆ;

ಈಗ
ಚೌಕಟ್ಟಿನೊಳಗೂ ಒಂದು ಚಂದದ
ಮೌನ ವಿನ್ಯಾಸ.

ಮೌನದ ಎಳೆಗಳನೆ ಹಿಡಿದು ಅಂಗಳಕೆ
ಎಳೆತಂದು ಬಿಡಿಸಿದಳು ಬಣ್ಣದ ರಂಗೋಲಿ
ಮುನಿದ ಚುಕ್ಕಿಗಳ ರಮಿಸಿ
ಮೌನ ಬಿಕ್ಕುಗಳ ಪೋಣಿಸಿ ಸೀದಾ
ಆಕಾಶಕೆ ಎಳೆದ ಉಸಿರ ಉಯ್ಯಾಲೆ ನೋಡಿ!

ಈ ರಾತ್ರಿ ಮೌನ ಮುರಿದ ಚಂದ್ರ;
ಅವಳ ಮೌನದ ಗಾಯ ತೊಳೆಯುತ್ತಿದ್ದಾನೆ
ತನ್ನ ಮಾತುಗಳಿಂದ.

ಸಂತೆಯ ಸರಕು

ಇಲ್ಲಿ ಪ್ರೀತಿ ಹಂಚಲಾಗುತ್ತದೆ
ಎಂಬ ಅಂಗಡಿಯ ತಲೆಬರಹದ
ಕೆಳಗೆ
ಸ್ಟಾರು ಹಾಕಿ ಸಣ್ಣ ಅಕ್ಷರಗಳ
'ಷರತ್ತುಗಳು ಅನ್ವಯ' ಎಂಬ ಪದ
ನನ್ನ ಕಣ್ಣಿಗೆ ಬೀಳಲಿಲ್ಲ – ಕ್ಷಮಿಸಿ.

ಬರಿಗೈಯಲ್ಲೇ ಒಳಗೆ ಕಾಲಿಟ್ಟವನಿಗೆ
ಸಿಕ್ಕಿದ್ದು ಭರ್ಜರಿ ಸ್ವಾಗತ
ಬರಿಗಾಲಿಗೂ ಒಂದು ಘನತೆ ದಕ್ಕಿದ್ದು
ಅದೇ ಮೊದಲು.

ಅಂಗಡಿಯ ತುಂಬ ಮಾತೇ ಮಾಣಿಕ್ಯ
ಪದ ಪದ ಜೋಡಿಸಿದ ಮುತ್ತಿನ ಹಾರ
ಮನದ ಮೂಳೆಗೆ ನೇತು ಬಿದ್ದ ಮೌನ ಎದೆ

ಕಲಕುವ ಕೊರಳ ಹಾಡು ಕರಳು ಬಳ್ಳಿ
ಜೋಡಿಸುವ ಜನ್ಮಾಂತರದ ನಂಟು
ಉದಾತ್ತ ಸಲುಗೆ ಇಹಪರದಲ್ಲಿರದ ಭವದ ಬೆಸುಗೆ

ಸಂಜೆಯಾಗುತ್ತದೆ
ಅಂಗಡಿಗಳೂ ಕದವಿಕ್ಕುತ್ತವೆ
ಕಣ್ಣ ಹಣತೆಯ ದೀಪವಾರುತ್ತವೆ
ಪ್ರೀತಿಯೂ ಚಿಲ್ಲರೆ ಚೌಕಾಸಿಗೊಳಗಾಗುವ
ಸಂತೆಯ ಸರಕು ಎಂದು ಎಲ್ಲ ಮುಗಿದ ಮೇಲೆ
ಅರಿವಾಗುವ ಕ್ಷಣ ಅದು

ಆಡಿದ ಮಾತುಗಳು
ಹಾಡಿದ ಪದಗಳು ಕರುಳು ಅಂಟಿಸುವ
ನಂಟು
ಉರಿದು ಆರಿದ ದೀಪಗಳ ಸಿಡಿಲ ಮೌನ

ಇಷ್ಟಗಲ ನಕ್ಕಿದ್ದೂ ಸುಳ್ಳೇ!

ಪುಕ್ಕಟೆಯಾಗಿ ಯಾವುದೂ ಸಿಗುವುದಿಲ್ಲ
ಇಲ್ಲಿ;
ಪ್ರತಿ ಪ್ರೀತಿಯೂ ಷರತ್ತಿಗೊಳಪಟ್ಟು
ಆತ್ಮಾಹುತಿಗಾಗಿ ಕಾಯುತಿರುವ ಶಿಲುಬೆ!

ಕಂದೀಲು

ಸೀಮೆ ಎಣ್ಣೆಯ ಬುಡ್ಡಿ
ದೀಪದ ಯುಗ ಕಳೆದು ಎಷ್ಟೋ
ದಿನಗಳ ಮೇಲೆ ಮನೆ ಮನೆಯೊಳಗೆ;
ಕಂದೀಲುಗಳು ಕಾಲಿಟ್ಟು ಬಲು ಸಾವಧಾನಿನಲಿ
ನಡೆಯುತ್ತಲೇ ಬಂದಂತಿದ್ದವು.

ಹೊತ್ತು ಮುಳುಗುವ ಹೊತ್ತಿಗೆ
ಸರಿಯಾಗಿ;
ಮನೆಯ ಗೂಟಿನಿಂದ ಹಗೂರ ಇಳಿಸಿ
ಅದರ ತಗಡಿನ ತಲೆ ಎತ್ತಿ ನಿನ್ನೆಯ ಇರುಳು
ಮೆತ್ತಿದ
ಮಸಿ ಒರೆಸಲು
ಅದರ ನಾಜೂಕು ಗಾಜಿನ
ಗೊಳವೆಯೊಳಗೆ ಹಳೆಯ ಅರಿವೆ ತೂರಿಸಿ
ಫಳ
ಫಳ ಹೊಳೆಯುವ ತನಕ ತಿಕ್ಕಿ ತೀಡಿ.

ಕಳೆದ ರಾತ್ರಿ
ಸುಟ್ಟ ಬತ್ತಿಯ ಕುಡಿ ಚಿಗುಟಿ;
ಸಮ ಸಮದಲಿ ಬತ್ತಿಯೇರಿಸಿ ಮತ್ತೆ
ಯಥಾವತ್ ಕಂದೀಲಿನ ಕರಿ ನೆತ್ತಿಯ ಎತ್ತಿ
ಹೊಳೆವ ಅದರ ಆತ್ಮದಷ್ಟೇ
ನಾಜೂಕಾದ ಗಾಜಿನ ಕೊಳವೆ ಇಳಿಸಿ.

ಕಡ್ಡಿ ಗೀರಿ ಕುಳಿತರೆ
ಅದರ ಸುತ್ತ;

ತೆರೆದ ಪುಸ್ತಕದೊಳಗಿನ ಇತಿಹಾಸ!
ಕೋಟೆ ಕೊತ್ತಲು ಉಪ್ಪಲೀ ಬರುಜು ಬಾರಾ ಕಮಾನಿನ ನೆರಳು;
ಬೆಳಗು ಬೆಳಕಿನ ತರಗತಿಯೊಳಗೆ ಮೇಷ್ಟ್ರು ಓದಿದ ಇತಿಹಾಸ
ಈಗ ಅರೆ ಬರೆ ಬೆಳಕಿನಲಿ
ಕನಸಿನಲಿ ನಡೆವಂತೆ ತಾಳೀಕೋಟೆ ಕದನ!

ಇಂತಹ ಕಂದೀಲು ಒಮ್ಮೊಮ್ಮೆ
ಜೋಡು ಎತ್ತಿನ ಬಂಡಿಯ ಹಿಂದೆ
ತೂಗುತ್ತ;
ಪೇಟೆಯ ಸಂತೆಗೆ ಹೋಗಿ
ತೆರಳುವಾಗ ಬೆಳಗಿನಲಿ ಕಣ್ಣು ಮುಚ್ಚಿಕೊಂಡು ಜೋಕಾಲಿಯಾಡುತ್ತ
ಲಾಲಿ ಹಾಡುತ್ತ ಬಲು ಮಜಕೂರಿನಲಿ
ಮತ್ತೆ
ಮರಳುವಾಗ ಕಾರಿರುಳಿನ ದಾರಿಯ ಕಣ್ಣಾಗಿ
ನಟ್ಟಿರುಳಿನಲಿ
ತೂಕಡಿಸುವ ಬೆಳದಿಂಗಳಿನ ಹಾಗೆ
ಮೆಲ್ಲ ಮೆಲ್ಲನೇ
ಹರಡಿದ ಹಾಲು ಸುರಿಸಿದ ಬೆಳದಿಂಗಳು
ಹೊಳೆವ ಆತ್ಮದಂತೆ ಆಗ ಮನೆಯ ಅಂಗಳ!

ನಂಟು

ತರಕಾರಿ ಅಂಗಡಿಯಲಿ
ಬಲಿತ ಬೆಂಡೇ ಕಾಯಿ ತುದಿ 'ಚಟ್'
ಅಂತ ಮುರಿದು ತೋರಿಸಿ
ಎಳೆಕಾಯಿ ಅಂತ ಖಾತ್ರಿಯಾದ
ಮೇಲೆ ತಕ್ಕಡಿಗೆ ಹಾಕುವ ವಿದ್ಯೆ ಕಲಿಸಿದವಳು
ಅಂತ ಈ ಅಪರಾತ್ರಿ
ವಿನಾಕಾರಣ ನೆನಪಾಗುತ್ತಾಳೆ.

ಆ ಮೇಲೆ ಈ ಬೆಂಡೇಕಾಯಿ ಗೆ
'ಲೇಡಿ ಫಿಂಗರ್' ಅಂತ ನನಗೆ
ಅರ್ಥವಾದ ದಿನ;
ಬೆಂಡೆಕಾಯಿ ನೋಡಿದಾಗಲೆಲ್ಲ
ಅವಳ ಬೆರಳುಗಳೆ ಕಣ್ಣು ಮುಂದೆ
ಮೂಡಿ ಕಂಗೆಟ್ಟು ತಿನ್ನುವುದನ್ನೆ ಬಿಟ್ಟಿದ್ದೆ.

ಉಳಿದು ಕೊಂಡಿವೆ ಇನ್ನೂ
ನನ್ನಲ್ಲಿ ಅಳಿಯದ ಅವಳ ಕುರುಹುಗಳು
ರೊಟ್ಟಿಯಂಚಿಗೆ ತಟ್ಟಿದ ಅವಳ ನೀಳ
ಬೆರಳುಗಳ ಗುರುತು ನನ್ನ ಸಣ್ಣ ಕರುಳಿಗಂಟಿಕೊಂಡು;

ಕರಳು ಹಿಂಡುತ್ತವೆ ನೀಳ ಬೆರಳುಗಳು
ಹೊತ್ತಲ್ಲದ ಹೊತ್ತಿನಲ್ಲಿ;

ಗುರುತು ಅಳಿಸಿದರೆ ಅವಳಿಲ್ಲ
ಅಳಿಸದೆ ಹೋದರೆ ನಾನು ಇಲ್ಲ.

ಆಯಿ

ಬೇಗೆಯನು ಒಲೆಗೆ ದೂಡಿ
ಈಗಷ್ಟೆ ಉರಿ ಹೆಚ್ಚಿಸಿ ಬಂದ ಆಯಿ
ಎದೆ ನೋವೆಂದು ಮುದುಡಿ
ಮೂಲೆಗೊರಗಿ ಮಲಗಿದವಳು
ಮೇಲೇಳಲೇ ಇಲ್ಲ.

ಒಲೆಯ ಕಿಚ್ಚು ಧಗ ಧಗಿಸಿ
ತವೆಯ ಮೇಲಿನ ರೊಟ್ಟಿ ಮುಗುಚುವ
ರಟ್ಟೆಗಳು ಐಸಿನಂತೆ ಕೊರೆಯುತ್ತಿವೆ ತಣ್ಣಗೆ.

ತೆರೆದ ಕಣ್ಣು ತೆರೆದಂತೆ ಇವೆ
ಎವೆಗಳ ನಡುವೆ ಬೆಳ್ಳ ಬೆಳಗಿನ
ನಿಶ್ಯಬ್ದ ಕಡಲು; ತೀರಕೆ ಮರಳಿದ ಹಳೆಯ
ಹರಿದ ಹಾಯಿ ದೋಣಿ ಇನ್ನು
ಕಡಲಿಗಿಳಿಯದು.

ಎರಡು ಸಣ್ಣ ಗೆರೆಗಳ ನಡುವೆ
ಮೂಡಿದ ಸರಳ ಕವಿತೆಯ ಹಾಗೆ;
ಕೊಂಬು ಕಹಳೆ ಮೇಲಿನ ಗೆರೆಗೆ ತಾಗದ ಎಚ್ಚರದಲಿ ಬಾಗಿ
ಬದುಕಿದ ಜೀವ;
ಕೊನೆಯ ಉಸಿರಿನಲ್ಲೂ ಬಾಡಿದ ಹೂವಿನ
ಡೊಂಕಿನಲಿ ಮಲಗಿದ ಹಾಗೆ.

ದಕ್ಕಿದ ಸಣ್ಣ ಪದಗಳನೆ
ಪಳಗಿಸಿ ಹದಗೊಳಿಸಿ ಕಾಸಿ ಬಡಿದು
ತನಗೆ ಬೇಕಾದ ಆಕಾರಕೆ ಬಾಗಿಸಿ;
ಅದಕು
ಇದಕೂ ಎದಕೂ ಹೇಗೆ ಹೇಗೋ ಹೊಂದಿಸಿ
ಮಹಾಕಾವ್ಯ ಬರೆದವಳ ಒಣ ತುಟಿಗಳ ಮೇಲೀಗ ಬಾಡಿದ
ಬದುಕಿನ ಕಿರು ಟಿಪ್ಪಣಿ.

ಬದುಕಿಡೀ ಉರಿದವಳ
ಪಕ್ಕದಲ್ಲೀಗ ಎರಡು ಪುಟ್ಟ ಹಣತೆಗಳು;

ದೀಪಗಳೇ!
ಸ್ವಲ್ಪ ಮೆಲ್ಲಗೆ ಉರಿಯಿರಿ ಸದ್ದು ಮಾಡದೆ
ಅವಳು ಈಗಷ್ಟೇ ಮಲಗಿದ ಹಾಗಿದೆ.

ಕಾಮನ ಬಿಲ್ಲು ಕಾಯುವರು ಯಾರು?

ಆ ಮಣ್ಣು ನಿಮ್ಮದು
ಈ ಬಣ್ಣ ನಮ್ಮದು;
ಈ ಬಾವುಟ ನಮಗಿರಲಿ ಆ ಬೆಟ್ಟ ನಿಮಗಿರಲಿ
ನದಿಯ ನಟ್ಟ ನಡುವೆ ದಿಟ್ಟ ಗೆರೆ
ಎಳೆದು ಹಾಡು ಹಕ್ಕಿಯ ಕೊರಳ ಸೀಳಿ
ಸಮ ಸಮವಾಗಿ ಹಂಚಿಕೊಂಡ
ದಿನ ಅಂತೂ ಇಂತೂ ಹದಿನೆಂಟು ಹಗಲುಗಳ
ಕದನ ವಿರಾಮ ಒಪ್ಪಂದವಾಗುವಲ್ಲಿ!

ಸೇನಾ ನಾಯಕರ ಹಸ್ತ ಲಾಘವ
ಫೈಲುಗಳ ಅದಲು ಬದಲು;
ಯುದ್ಧದಲಿ ಬದುಕುಳಿದ ಯೋಧರ
ಮಕ್ಕಳಿಗೆ ಸಿಹಿ ಹಂಚಿ
ಅಳಿದ ಯೋಧರ ನೆನಪಿಗೆ ಅರ್ಧ ಬಾವುಟ

ಏರಿಸುವಲ್ಲಿ;
ಇದ್ದವರ ಕಣ್ಣಂಚಿನಲಿ ಇರದವರ ನೆರಳು
ಉಳಿದವರ ಹಾಡಿನಲಿ
ಅಳಿದವರಿಗೂ ಒಂದು ಸಾಲು.

ಕತ್ತಲ ಕಣಿವೆ ಕಾಡು ಜಾಡಿನಲಿ
ಸೇನಾ ತುಕುಡಿಯ ವಾಹನಗಳು
ತೂಕಡಿಸುತ್ತ ಬೆಟ್ಟ ಇಳಿಯುವಲ್ಲಿ;

ಹಕ್ಕಿ ಹಾಡು ಬೆಟ್ಟ ಬಯಲು
ಬೆತ್ತಲು ಬಂಡೆ ನದಿ ತೊರೆ ಸಮ ಸಮ ಪಾಲು
ಮಾಡಿರುವಲ್ಲಿ;

ಗಡಿಯ ನಟ್ಟ ನಡುವೆ
ಮಾಯಕದ ಹಾಗೆ ಮೂಡಿದ
ಕಾಮನ ಬಿಲ್ಲು ಈಗ ಯಾರ ಪಾಲು
ಕಾವಲು ಯಾರು ?

ಕಣ್ಣು ಮೀಮಾಂಸೆ

ಕಣ್ಣಿಗೆ 'ಬೀಳುವುದು'ಬೇರೆ
ಕಸ ಕೂಡ ಬೀಳಬಹುದು
ಕಣ್ಣಿಗೆ 'ಕಾಣುವುದು' ಬೇರೆ

ದಯೆಯಿದ್ದರೆ
ಒಮ್ಮೊಮ್ಮೆ ದೇವರೆ ಕಾಣಿಸಬಹುದು.

ಮೊನ್ನೆ ನಿಮ್ಮ ಕವಿತೆ
ನೋಡಿದೆ ಅಂದಳವಳು
ಹಾ! ಸದ್ಯ ಓದಲಿಲ್ಲವೆಂಬ ಸಮಾಧಾನವೇ
ಬೇರೆ.

ಕಣ್ಣು 'ಕಸ' ಇಟ್ಟುಕೊಳ್ಳಲಾರದು
ಹೊರ ಹಾಕುತ್ತದೆ ನಿರ್ದಯವಾಗಿ;

ಕನಸು

ಸಾಕಿಕೊಳ್ಳುವುದು ಮನಸೇ ಆದರೂ
ಕಣ್ಣಿಂದಲೆ ಇದರ ಆರಂಭ.

ಎದುರಿಗಿದ್ದರೂ ಕೆಲವರು ಕಣ್ಣಿಗೆ
ಕಾಣುವುದಿಲ್ಲ;
ಕೆಲವರನ್ನು ಕಂಡೇ ಇರುವುದಿಲ್ಲ ಆದರೂ ಇರುತ್ತಾರೆ ನಮ್ಮೊಳಗೆ
ಮೂಡಿದ ವೇಗದಲ್ಲೆ ಮರೆಯಾಗುತ್ತಾರೆ ಕೆಲವರು;
ಓಡುವ ರೈಲಿನಿಂದ ಕಂಡ ಮರ ಹೊರಳುವ ಹಾಗೆ!

ರವಿಗೆ ಕಾಣದ್ದು ಕವಿಗೆ ಕಾಣುವುದಂತೆ
ಶಿವನಿಗೆ ಮೂರನೇ ಕಣ್ಣು ಉಂಟಂತೆ
ತೆರೆದರೆ ಸುಟ್ಟೇ ಹೋಗುವುದಂತೆ
ಕವಿಗೆ ಮೈಯೆಲ್ಲಾ ಸೃಷ್ಟಿಯ ಕಣ್ಣುಗಳಂತೆ
ಹುಟ್ಟು ಸಾವಿನ ನಡುವೆ
ಕಾಯುವ ತಾಯ ಕರುಳಿಗೊಂದು ಕರುಣೆಯ ಕಣ್ಣಂತೆ.

ಕಣ್ಣು ಹೊಡೆಯುವವರು
ಕಣ್ಣು ಕೆಂಪಾದವರು ಕಣ್ಣು ಕಿಸಿಯುವವರು
ಕಣ್ಣು ಕುಕ್ಕಿಸುವವರು ಪರಿಚಯದಲ್ಲೂ
ಸಂತೆಯಲಿ ಕಣ್ಣು ತಪ್ಪಿಸಿ ಮರೆಯಾಗುವವರು....!

ಒಮ್ಮೆ ಹೀಗೆ

ಎಂದಿನಂತೆ ಅದೆ ಸೋಮಾರಿ
ಸೋಮವಾರ – ಕೆಲಸದ ಅತಿ ಒತ್ತಡದ
ದಿನ;
ಆಫೀಸಿನ ದಾರಿ ಬಿಟ್ಟರೆ ಯಾರ ಯಾರೂ
ಕಾಣಿಸದ ಆ ಅತ್ಯವಸರದ ಕ್ಷಣ.

ಇಳಿದ ರೈಲಿನ ಕಿಡಕಿಯಲ್ಲಿ
ಥಟ್ಟನೇ ಮಿಂಚಿ ಮರೆಯಾದ ಆ
ಮಾಯಕದ ಕಣ್ಣುಗಳು ನನ್ನ ಕಣ್ಣಲ್ಲಿ
ಇಳಿದ ದಿನದಿಂದ ಆ ಕಣ್ಣುಗಳನ್ನು ಎಲ್ಲೆಲ್ಲಿ ಹುಡುಕಿ ಎಲ್ಲೆಲ್ಲಿ
ಅಲೆದು ಎಷ್ಟೊಂದು
ಬಸವಳಿದಿಲ್ಲ!?

ಏನೆಲ್ಲಾ ಆಗಿ ಹೋಯಿತು
ಕಣ್ಣು ಮುಚ್ಚಿ ಕಣ್ಣು ತೆರೆಯುದರೊಳಗೆ
ಹೇ ದೇವಾ,ಎಂಥಹ ಪೆಟ್ಟು!ಏನು ಆಘಾತ!

ಡೈರಿಯ ಕಡೇಯ ಪುಟ

ಹುಡುಗನ ಡೈರಿಯ
ಕಡೇಯ ಪುಟ
ಮಾಸ್ತರರೂ ಓದುವುದಿಲ್ಲ;
ಓದಿದರೂ ತಳ ಬುಡ ತಿಳಿಯುವುದಿಲ್ಲ!

ಮೂಡಲಾಗದ ಹೊಸ
ಪೆನ್ನಿನ ಧಿಮಾಕಿನ ಗೆರೆ;
ಹೂ ಬೇಲಿಯಲಿ ಈಗಷ್ಟೇ ಮೊಳೆಯುತಿರುವ
ನಾಜೂಕಿನ ಮೊಗ್ಗು
ಪೆನ್ಸಿಲಿನಲಿ ಬರೆದ ಸುಲಭವಾಗಿ ಅಳಿಸಬಹುದಾದ
ಅವಳ ಕೋಡೆಡ್ ಹೆಸರು;
ಚಾಲ್ತಿಯಲ್ಲಿದ ಫೋನು ನಂಬರು
ಬಳಕೆಯಲಿಲ್ಲದ ಸಂಕದ ದಾರಿ.

ಅರ್ಥಕ್ಕೆ ಹೆರಿದು ಹೆಚ್ಚಿಟ್ಟ
ಪಪ್ಪಾಯ ಹಣ್ಣಿನ ಹೋಳಿನಂತಹ ಹೆದ್ದಾರಿ;

ಬೀದಿ ತಿರುವು
ಮರೆಯಾಗಿ ಹೋದವರ ವಿಳಾಸ
ಚಿತ್ತೂ ಕಾಟದ ಹಣೆಬರಹ!

ಜಮಾ ಬಂದಿ
ಕೂಡಿ ಕಳೆದು ಉಳಿಯುವ
ವಿಷಮ ಭಿನ್ನ ರಾಶಿ ಕಗ್ಗಂಟಾದ ಲೆಕ್ಕ;
ಬಾಕಿ ಚುಕ್ತ ಮಾಡಬೇಕಿರುವ ಮೊತ್ತ
ಅಕ್ಕನ ಕೋರ್ಟಿನ ತಾರೀಕು
ಅಪ್ಪನ ಡಾಕ್ಟರ್ ಅಪಾಯಿಂಟ್‌ಮೆಂಟು.

ಮನಸು ತೋಚಿದಂತಹ ಬರೆದ
ಇಲ್ಲಿನ ಕೈ ಬರಹಕೆ
ವಿಶ್ವಸುಂದರಿಯ 'ಕಾಪಿ ಬುಕ್ ಸ್ಟೈಲಿನ' ಗ್ಲಾಮರು
ಇಲ್ಲ!
ಉತ್ತರ ಪತ್ರಿಕೆಯ ಮೊದಲ ಪುಟದ
ಕೈ ನಡುಕವಾಗಲಿ
ನಡುಪುಟಗಳ
ಶಿಸ್ತಿನ ಮುತ್ತಿನ ಮಣಿಯಾಗಲಿ
ಕೊನೆಯ ಬೆಲ್ಲು ಆದ ಅವಸರದಲಿ ಬರೆದ ಯಾವ
ಗುರುತು ಗೋಜಲು
ಗೊಡವೆಗಳಿಲ್ಲದ ಈ ಅಕ್ಷರಗಳು
ಚಿತ್ರಕಾರನ ವಕ್ರ ರುಜುಪಿನ
ಹಾಗೆ!

ವಿಶ್ವ ಸುಂದರಿ ಸಾದಾ
ನೈಟಿಯಲಿ
ತನ್ನ ಖಾಸಗೀ ಕೋಣೆಯ ಬೆಡ್ ರೂಮಿನ ಮೇಲೆ
ಅಸ್ತವ್ಯಸ್ತ ಭಂಗಿಯ ಗಾಢ ನಿದ್ದೆಯ
ನಿರಾಳತೆಯ ಹಾಗೆ!

ಮಳೆಯ ಹನಿಗೊ
ಬೆವೆತ ಅಂಗೈ ಕಲೆಗೊ
ಹನಿಣ್ಣಿಗೋ ಅಲ್ಲಲ್ಲಿ ಅಕ್ಷರಗಳು
ಒಡೆದಂತೆ ಕಂಡರೂ;
ನಿದ್ದೆಗಣ್ಣಲ್ಲೂ ಅವುಗಳ ನೆರಳು ಇವನಿಗೆ
ಅಂಗೈ ಗೆರೆಗಳಷ್ಟೇ ಚಿರಪರಿಚಿತ!

ಈ ಕಡೀಯ ಪುಟದ ಕಣ್ಣು
ಮುಚ್ಚಿದರೆ ಸಾಕು
ಕವರು ಪೇಜು ರಟ್ಟಿನ ಮೇಲಿನ
ಧ್ಯಾನಸ್ಥ ಬುದ್ಧನ ಕಣ್ಣುಗಳು
ತೆರೆದು ಒಡೆದ ಅಕ್ಷರಗಳ ಸಂತೈಸುತ್ತವೆ
ಕಾವಲಿಗೆ ನಿಂತು!

ಒಳಗೊಂದು ತಣ್ಣನೆಯ
ಸ್ಫೋಟಗೊಳ್ಳದ ಮದ್ದು ಇಟ್ಟುಕೊಂಡು
ಒಂದು ಬೆಂಕಿಯ ಕಿಡಿ ತಾಗಲು
ಕಾಯುತ್ತಿವೆ ಈ ಕಾಗುಣಿತಗಳು ಶತ
ಶತಮಾನಗಳಿಂದ;

ನಡುದಾರಿಯಲಿ
ಕೆಟ್ಟು ನಿಂತ ಬಸ್ಸಿನಿಂದಿಳಿದ ಬಸವಳಿದ
ಯಾತ್ರಿಕರ ಹಾಗೆ
ಅಕ್ಷರಗಳು ಅಲ್ಲಲ್ಲಿ ಸಾವರಿಸಿಕೊಳ್ಳುತ್ತಿವೆ
ಈಗ ಬಿಸಿಲಿನಲಿ ಮರದ ಕ್ಷೀಣ
ನೆರಳಿನ ಕೆಳಗೆ!!

ಫೋನ್ ಪೇ–ಗಾಂಧಿ

ಈಗ ಕೆಲವೆ ವರುಷಗಳ ಹಿಂದೆ
ಹೊಚ್ಚ ಹೊಸದೂ ತುಸು ಮುದುಡಿ ಮೂಲೆ
ಹರಿದ
ಮಾಸಿದ ನೋಟುಗಳೂ ನಮ್ಮ ಸಿರಿತನ
ಬಡತನ ತೂಗುವ ಅಳತೆ ಗೋಲುಗಳಾಗಿದ್ದವು.

ಗಿರವಿ ಅಂಗಡಿಯವನ
ಎರಡು ಬೆರಳುಗಳ ನಡುವೆ
ಚಕ ಚಕ ಚಕಾಂತ ಗರಿ ಗರಿ
ನೋಟಿನ ಬರಿ ಮೈ ಗಾಂಧಿ ಸರ ಸರನೆ
ಸರಿದು ಹೋಗುತ್ತಿದ್ದ ಮೂಕಿ ಚಿತ್ರಗಳ
ರೀಲುಗಳ ಹಾಗೆ.

ಕಾಮಾಟಿಪುರದ ಬೆವೆತ
ಬ್ಲೌಜಿನೊಳಗೂ ಅಗ್ರಹಾರದ ಕೈದಿಯ
ಮಡಚಿದ ಅಂಗಿಯೊಳಗೂ ಕದ್ದ
ಹುಡುಗನ ಕಂಪಿಸುವ ಕೈಯೊಳಗೂ

ಅದೆ ಅದೆ ಎಂದಿಗೂ ಮುಗುಳು ಮಾಸದ
ಗಾಂಧಿ.

ಎಂಥಹ ಸೊಬಗು ಇತ್ತು!

ಹಸಿರು ಹೊಲದಲ್ಲಿ ಮಣ್ಣ ಊಳುತ್ತಿದ್ದ ಟ್ರ್ಯಾಕ್ಟರ್
ಚಿತ್ರದ
ಐದು ರೂಪಾಯಿ ಹಚ್ಚ ಹಸಿರು ನೋಟಿನ ಮೇಲೆ
ಸುತ್ತ ಹಾಲುಗಾಳಿನ ಗೋಧಿ ತೆನೆಯ
ನಿಮಿರು ಮುಳ್ಳು ಸುಮ್ಮನೆ ಕೋರಾ ನೋಟಿನ ಮೈ
ಸವರಿದರೆ
ತನು ಮನವೇ ರೋಮಾಂಚನ.

ತರಕಾರಿಯವನ ನೋಟಿಗೆ
ಕೊತ್ತಂಬರಿ ಕರಬೂಜು ಕರಿಬೇವು ಘಮ.
ಮೀನಿನವಳ ನೋಟಿಗೆ ಇಡಿ ಉಪ್ಪು ಕಡಲಿನ
ವಾಸನೆ.
ಪಾಟಿ ಪೆನ್ಸಿಲು ಪೆನ್ನಿನಂಗಡಿಯವನ ಹಸಿ ಮಸಿ
ಪರಿಮಳದ ಘಮ.
ಒಂದೊಂದೂ ನೋಟೂ ಒಂದೊಂದು ಪೇಟೆಯ
ಮಿದುಳ ಘನ ನೆನಪು ಉದ್ದೀಪಿಸುವ ಅಲೌಕಿಕ
ಅರೋಮಾ.

ಚೂರು ಕಾಲ ಬದಲಾಗಿದೆ ಈಗ;
ನೋಟಿನೊಳಗಿನ ಚಕ್ರಕೆ ಅಗಾಧ ವೇಗವೀಗ
ಭತ್ತದ ಗದ್ದೆಯಲಿ ಉಳುವ
ಟ್ರಾಕ್ಟರು ಈಗ ಮಹಾನಗರದ ಕಳೇವರ ಎತ್ತುತಿದೆ
ಭತ್ತವೆಂದರೆ ಗೋಡೆಗಂಟಿಸಿದ ಚಿತ್ರಪಟ!
ಕಡಲುಪ್ಪಿನ ಮೀನುಗಳು ಥಾಯ್ ಮಸಾಜಿನಲಿ
ಮಿಂದು ಜೀರೋ ಸೈಜಿಗೆ
ಕೊಬ್ಬಿಳಿಸಿಕೊಂಡು ಅಕ್ವೇರಿಯಂ ನಲಿ

ಜೂ...ಮ್ಮೆಂದು ಬಲ್ಬುಗಳ ಬೆಳಕಿನಲಿ
ಕಣ್ಣು ಮುಚ್ಚಿಕೊಂಡೆ ಈಸಿ ಏ.ಸಿ. ಹವೆಯಲೂ
ಬೆವರುತಿವೆ.

ಮಾಯಕದ ಮಾರುಕಟ್ಟೆ ಯಲಿ
'ಈ'–ನೋಟುಗಳು
ಎಲ್ಲೋ ಮೂಡಿ ಎಲ್ಲೋ ಮುಳುಗುವ
ಅದೃಶ್ಯ ದೇವರ ಹಾಗೆ
ಸಂಪಾದಕರ ಮರ್ಜಿಗೆ ಕಾದ ಇನ್ ಬಾಕ್ಸಿನ
ಅಪ್ರಕಟಿತ ಕವಿತೆಯ ಹಾಗೆ
ದುಡ್ಡೆಂದರೆ ಈಗ ದಿನದ ಕೊನೆಗೆ ಪೇಟಿಎಮ್
ಮೆಸೇಜಿನ
ಲಿ – ಜಮಾ ಬಂಧಿ ಲೆಕ್ಕ.

ಮನುಷ್ಯನ ಯಕಶ್ಚಿತ್ ಸ್ಪರ್ಶವಿರದ
ಮಾಸಿದ ಗಾಂಧಿಯನು ಚಿಲ್ಲರೆ ಕಾರಣಕೆ
ಈಗ ಯಾರೂ ಮುಟ್ಟುವುದೂ ಇಲ್ಲ ಅವನು
ಯಾರಿಗೂ ಬೇಕಾಗಿಯೂ ಇಲ್ಲ.

ನಡುಹಗಲಿನ ಸುಡು ಬೇಗೆಯ
ಉಸಿರುಗಟ್ಟಿಸುವ ಹೊಗೆ ಧೂಳಿನ ಟ್ರಾಫಿಕ್ಕಿನ
ನಡುವೆ;
ತನ್ನ ಹಸುಗೂಸಿಗೆ
ಮಂಪರಿನ ಮದ್ದುಣಿಸಿ ಬೆನ್ನಗಂಟಿಸಿಕೊಂಡು
ಎಳಸು ಪೋರಿ ಸೆರೆಗೊಡ್ಡಿ ನಿಂತಿದ್ದಾಳೆ
ರಾಜ ಪಥದ ಮೇಲಿನ ಗಣ ರಾಜ್ಯೋತ್ಸವದ
ಸ್ತಬ್ದ ಚಿತ್ರದ ಹಾಗೆ.

ಅವಳ ಹಿಂದೆ ಮುಂದೆ ಆ ಬದಿ ಈ ಬದಿ
ಈಗ
ಚಣ ಮಾತ್ರಕೆ ಎಲ್ಲವನ್ನೂ ಪುಡಿಗಟ್ಟುವ ರಕ್ಕಸ
ಗಾಲಿಯ ಲಾರಿಯ ಚಕ್ರಗಳು.

ಖೋಟಾ ನೋಟು
ಕೊಟ್ಟರೂ ಇವಳು ನಕ್ಕು ಮುಂದೆ ಸಾಗುತ್ತಾಳೆ!

ಗಾಂಧಿ ಬೇಕಿರುವುದೀಗ
ತನಗೊಬ್ಬಳಿಗೆ ಮಾತ್ರ ಎನ್ನುವ ಹಾಗೆ!

ಪರಿಮಳದ ಬಾಕಿ ಮೊತ್ತ

ಮಾಗಿಯ ಚುಮುಗುಡುವ
ಚಳಿಯಲಿ ಅಂಗಳದಲಿ ಈಗಷ್ಟೇ
ಅರಳುತಿರುವ ರಂಗೋಲಿ – ಹೂ.

ಹುಡುಗಿ ಬೆರಳು– ದಳ.
ಕೈ ಥೇಟು– ದೇಟು; ಮೈ ತುಂಬಾ
ನವಿರು ಮುಳ್ಳು;ಮಳ್ಳ ಮುಂಜಾನೆಯಿಬ್ಬನಿ
ಯ ಹೊದ್ದ ಅವಳ ಬೆಳ್ಳನೆಯ ದಾವಣಿ.

ಇವಳು
ಸುಳಿದಾಡುವ ಗೋಕುಲದ ತುಂಬೆಲ್ಲಾ
ಪುನುಗು ಪರಿಮಳ.

ರಾತ್ರಿ ಇವಳ ಕನಸಿನಲಿ ಮೂಡಿದ ಚುಕ್ಕಿ
ಗಳ ಹೆಕ್ಕಿ;
ಹಗಲು ಸೆಗಣಿ ಸಾರಿಸಿದ ಅಂಗಳದಲಿ ಸಾಲಾಗಿ ಹರವಿ ಆ
ಚುಕ್ಕಿ
ತನಗೆ ಬೇಕಾದ ಆಕಾರಕೆ ಬಾಗಿಸಿ ಜೋಡಿಸಿ
ಬಿಡಿಸುತ್ತಾಳೊಂದು ಸ್ವಚ್ಛಂದ ಹಾರುವ ಬಾನಾಡಿ ಹೂ ಹಕ್ಕಿ.

ಈ ಹೂ ಹಗುರ ಹುಡುಗಿ ಮೈ ಬಳಕು ಬಳ್ಳಿ;
ಚಿಗುರು ಚಿತ್ತಾರ.
ಇವಳು ಚುಕ್ಕಿ ಶುರುವಿಟ್ಟಲ್ಲಿ ಮೂಡುವ ಬೆಳಗು;
ಮುಗಿವಲ್ಲಿ ಮುಳುಗು.
ಭುವಿಯಂಚೇ ಗಡಿ;ಬಾಗು ಬಾನೇ ಮೇರೆ.

-ಮೀರುವ ಮಾತೇ ಇಲ್ಲ;
ಇವಳು ಸುಮ್ಮನೆ ಗೆರೆ ಎಳೆವಲ್ಲೆಲ್ಲಾ ಹರಿದಾಡುವ ಯಮುನೆ.
ನದಿ ಬಯಲು ಬದಿ
ಒಲವ ಒಲೆ ಹೂಡಿ ಉಂಡ ಗೋಕುಲ
ಮೆಲ್ಲುಸಿರಿನಲಿ ತೂಗುವ ಜಗದ ತೊಟ್ಟಿಲು;
ಅಲೆ ಅಲೆ ಕೊಳಲ ಜೋಗುಳ.
ಒಳ ಮನೆಯೊಳಗೆ ಮಳ್ಳ ಬೆಕ್ಕಿನ
ಕಕ್ಕುಲಾತಿ;
ಆಹಾ! ಅದೇನು ಪ್ರೀತಿ.
ಕುಡಿಗಣ್ಣಲ್ಲೇ ಹೊಳೆ ಮಿಂಚು.ಮಣಿಸರಕು
ಮುತ್ತು ಮುಂಗೈ ಬಳೆ ಹೊಳೆವ ಕಾಂತಿ.

ಹೀಗೆ ಹುಟ್ಟಿ ಹಾಗೆ ಬೆಳೆದ ಹೂ ಹುಡುಗಿ
ಈಗ ಥೇಟ್ ಬಾನಾಡಿ;
ಒಂದು ದಿನ ಕಾಲೇಜಿಗೆ
ಬಂದಳು ನೋಡಿ, ಓಡೋಡಿ!

ಅಂಕಲಿಪಿಯ
ಕಣ್ಣಿನೊಳಗೆ ಈಗ ಬರಿ ಅಂಕಗಳದ್ದೇ ಭೀತಿ.

ಯಾರ ತೆವಲಿ
–ಗೆ ಯಾರೋ ಎಳೆದ
ಗಡಿ ಗೆರೆ ಅಂಕೆ ಶಂಕೆಯ ತಂತಿ ಬೇಲಿ.
ಭೂಪಟದ ಗೆರೆ ಗಡಿಯಂಚು ಮೀರಿ
ಬಣ್ಣ ಬಳಿದುದಕೆ ಛಡಿಯೇಟು
ಬಳಕು ಬಳ್ಳಿ ಈಗ ಈ ಒಳಗತ್ತಲ ಕೋಣೆಯೊಳಗೆ;
ಕತ್ತು ಬೇಲಿಯಾಚೆ
ತೂಗುವಂತಿಲ್ಲ ತೊನೆದಾಡುವಂತಿಲ್ಲ.

ತೂಕ ಮಾಡಿದಷ್ಟೆ ನಗು ಕೇಕೆ;
ಅಳತೆ ಮೀರುವ ಹಾಗಿಲ್ಲ ಅಳು ಕೂಡ.
ತೂಕ ಮತ್ತು ಅಳತೆ ಮಾಪನಕೂ
ಪ್ರತ್ಯೇಕ ಬೇಹುಗಾರಿಕಾ ಇಲಾಖೆ.

ಅಬ್ಬಬ್ಬ! ಸೂಜಿ ಮೊನೆಯಂತಹ
ಎರಡು ಚುಕ್ಕಿ ಜೋಡಿಸುವ ಗಡಿ ಗೆರೆ
ಯಾಚೆ ಏನಿದೆ ? ಬರಿದೆ ಮಣ್ಣು:

ಕಂಗಾಲು ಮಥುರೆ!

ಕಂಪಿಸುವ ಕೊರಳ ದೊಗರು ದನಿ;
ಕೊಳಲ ಕಣ್ಣಿನೊಳಗೆ ಸುರಿವ ಹನಿಗಂಬನಿ.
ಢಂ!! ಢಮಾರ್ ಬೆಂಕಿಯುಗುಳು ಬಾಯಿ
ಬಾಂಬಿನ
ಸದ್ದಿಗೇ ಸುಟ್ಟು ಹೋಗಿವೆ ಯಶೋಧರೆಯ ಎದೆ
ಹಾಲು;

ನೆಲ ಮಾಳಿಗೆಯ ಕತ್ತಲೆಯೊಳಗೆ
ಹಸಿದು ಮೊಲೆ ತೊಟ್ಟಿಗೆ ಹಂಬಲಿಸುವ ಹೂ ಹಸುಳೆ
ಎಳಸುದುಟಿಗಳು.

ಈ
ಇಂತಹದೇ ಚುಮುಗುಡುವ
ಚಳಿಯೊಳಗೆ ಕಡಪಾ ಕಣ್ಣೂರು ಕೋಲಾರ ಹೊಸೂರು
ಮೈಸೂರು ಮದರಾಸು
ಸೀಮೆಗಳಿಂದ ಚಿತ್ತ ಚಿತ್ತಾರದ ಹೂವುಗಳು ರಾತ್ರೋ ರಾತ್ರಿ
ರೈಲು ಬಸ್ಸು ಲಾರಿ ಹತ್ತಿ;
ಕಾಮಾಟಿಪುರದ ಮುಗ್ಗುಲು ಹಿಡಿದ ಸಿಂಗಲ್ ಬೆಡ್ಡುಗಳಲಿ
ನರಳಿ
ನುಜ್ಜು ಗುಜ್ಜಾಗಿ ನಲುಗಿದ ಹೂ ಪಕಳೆಗಳ
ಭಾರದ ಮೊಬಲಗು ಮಾತ್ರ ಜಮೆಯಾಗಿದೆ
ರಖವಾಲಿಗಳ ಅಕೌಂಟಿನಲಿ!

ಆ ಹೂವ 'ಪರಿಮಳದ ಬಾಕಿ ಮೊತ್ತ'
ಮಾತ್ರ ಯಾರಿಂದಲೂ ಚುಕ್ತ
ಮಾಡಲಾಗಿಲ್ಲ;
ಅಂದಿಗೂ ಇಂದಿಗೂ ಯುಗ ಯುಗಗಳಿಂದಿಲೂ!

ಕವಿತೆ ಎಂದರೇನು?

ಪೂರ್ತಿ ಹುಚ್ಚು ಹಿಡಿಯುವ
ಹಿಂದಿನ ದಿನ
ಬಂದು ಕೇಳಿದ್ದ ಅವನು

'ದೋಸ್ತಾ ಕವಿತೆ ಎಂದರೇನು' ? ಎಂದು

ಆ ಕ್ಷಣಕ್ಕೆ ನೀನು ನೆನಪಾದೆ;

ತೀರದ ಬಂಡೆಯ ಮೇಲೆ
ಕಡಲಿಗೆ ಬೆನ್ನು ಮಾಡಿ ಕುಳಿತು
'ಪ್ರೀತಿ 'ಎಂದರೇನು ?
ಎಂದು ಕೇಳಿ
ನನ್ನ ಕಂಗಾಲುಗೊಳಿಸಿದ್ದೆ.

ನಿನ್ನ ಬೆನ್ನ ಹಿಂದೆ ಅನಂತ

ವಿಸ್ತಾರದ ಕಡಲು ಮೊರೆವ ಅಲೆಗಳು
ತಿಳಿಗಾಳಿಗೆ ಹಣೆಯ ತೀಡುವ
ಪ್ರಶ್ನಾರ್ಥಕ ಚಿನ್ಹೆಯಂತೆ ಓಲಾಡುವ
ಮುಂಗುರುಳು;
ದೂರದಲ್ಲೆಲ್ಲೋ ಕಡಲಿನ ವಿಸ್ತಾರ
ಅರಿಯದೆ ದಿಕ್ಕೆಟ್ಟ ಅಲೆಯುತಿರುವ ಕಡಲು ಹಕ್ಕಿ!
ತೀರದಲಿ ಅಸ್ವಸ್ಥ ನಾನು
ಬೆವೆತ ಅಂಗೈ ಮರೆತ ಬಂದ
ಕರ್ಚೀಫಿಗಾಗಿ ಕಿಸೆಗೆ ಕೈ ಹಾಕಿ
ತಡಕಾಡಿದೆ
ತೊದಲುವ ಮಾತು
ಕಂಪಿಸುವ ತುಟಿ ಹಣೆಯ ಮೇಲೆ
ಬೆವರು ಸಾಲು
ನಾನೇನೋ ಹೇಳಬೇಕಿತ್ತು-

ಎಲ್ಲಾ ಗೊತ್ತಿರುವವರಂತೆ
ನಿನ್ನ ಜಂಭದ ಆ ನಗು
ಮಾತು ಮರೆಸಲು ನಾನು ಅದೆ...ಅದೇ ಪ್ರೀತಿ ಅಂದರೆ...

ಮಾಸ್ತರನೆದುರು ಲೆಕ್ಕ
ಮರೆತ ಮಗು
ಆ ಕಡಲು ಬಯಲು ವಿಸ್ತಾರ
ಹೂ ಮತ್ತದರ ಕಂಪು
ಬಿರುಬೇಸಿಗೆಯಲಿ ಮಣ್ಣಿನ ಮಡಕೆಯೊಳಗಿನ
ನೀರ ತಂಪು
ಅದರ ಸೌಂದರ್ಯ ಮತ್ತು ಕ್ಷಣಿಕತೆ
ಇನ್ನೂ
ಹೇಳಬೇಕಿತ್ತು ಏನು ಏನೋ ?
ನಿನ್ನ ಇರಿವ ನಗು ನಿಲ್ಲಿಸಿ
ಮಾತು ತಡೆದು
ತುಟಿಗೆ ಮುತ್ತಿಕ್ಕಿದೆ ನೀನು

ಹೋದ ಜೀವ ಬಂದ ಹಾಗೆ –
ನಾಲಿಗೆ ಹೊರಳುವುದಿಲ್ಲ
ನಿಜ ಪ್ರೀತಿಗೆ!

ಮತ್ತು ಈಗ ಕವಿತೆ ?

ಅವವೇ ಮಾತು ಮಥನ
ಪದ ಮಂಟಪ ಪುರಾಣ ಕಥನ
ಪ್ರವಚನ;
ಉದ್ಗ್ರಂಥಗಳ ಉಲ್ಲೇಖ
ಹಗಲಿರುಳು ಹಣೆ ಚಚ್ಚಿಕೊಂಡು
ಒಗಟು ಬಿಡಿಸುವ ಕಾವ್ಯ ಕಮ್ಮಟ
ತಲೆ ಕಟ್ಟು ವಟ್ರಸುಳಿ ಮಣಿ ಕಟ್ಟು
ಕೈ ಕಟ್ಟು ಬಾಯ್ಮುಚ್ಚು
ಕಣ್ಣೆದುರಿಗಿನ ಕಣ್ಕಟ್ಟು!

ಪದ ಹೀಗಿರಬೇಕು;
ಪ್ರಾಸ ಹಾಗಿರಬೇಕು.

ಒಬ್ಬೊಬ್ಬರಿಗೆ ಒಂದೊಂದು
ತರಹ ಕಾಣುವ ಮರ;
ಅದರ ಎಲೆ ಕಾಂಡ ರೆಂಬೆ ಕೊಂಬೆ
ಹೂ ಚಿಗುರು ದೊಗರು ಹಣ್ಣು
ಅರ್ಜುನನಿಗೆ ಮಾತ್ರ
ಕಾಣುವ ಹಕ್ಕಿಯ ಕಣ್ಣು!

ಅದು ಹಾಗಲ್ಲ;
ಕವಿತೆಯೆಂದರೆ ಹಕ್ಕಿಯೊಳಗಿನ
ಪ್ರಾಣ

ಕಣ್ಣಿಗೆ ಸೋಪು ಬಿದ್ದಾಗ
ಬಾತ್ ರೂಮಿನಲಿ
ಸರ್ರನೇ ಜಾರಿ ಹೋಗುವ ಸೋಪು
ಕೈಗೆ ಸಿಕ್ಕರೂ ಸಿಗದಂತೆ
ಜಾರಿಕೊಳ್ಳುವುದು ಕವಿತೆ!

ಕವಿ ಪ್ರೇಮಿ ಹುಚ್ಚ
ಹಳೆಯ ನಿಘಂಟಿನ ಪರ್ಯಾಯವಾಚಕ ಪದಗಳು...!

ಅಂದಿನಿಂದ–ಇಂದಿನ ತನಕ

ಅಂದಿನಿಂದ
ಅವನು ನಿಲ್ದಾಣಗಳಲಿ
ರೈಲಿನಿಂದಿಳಿಯುವ ಪ್ರತಿ
ಮುಖಗಳನ್ನು ಗಮನವಿಟ್ಟು ನೋಡುತ್ತ
ಕುಳಿತಿದ್ದಾನೆ ಕಲ್ಲಾಗಿ;

ಎಲ್ಲ ಹೇಳಿದ ಮೇಲೂ
ಎಷ್ಟೊಂದು ಮಾತುಗಳು
ಉಳಿದಿದ್ದವು!
ಅದೇನು ಅವಸರ ಈ ತಡೆರಹಿತ
ರೈಲಿಗೆ ?
ಓಡು ಓಡುತ್ತ ಏದುಸಿರಿನಲಿ
ಬಂದು ಬಾಗಿಲುಗಳಿಗೆ;
ನೇತಾಡುತ್ತಿದ್ದಾರೆ ಕೆಲವರು
ಕೊನೆಯ ಗಳಿಗೆಯಲಿ ಕವಿತೆಗೆ
ದಕ್ಕಿದ ಅನಿರೀಕ್ಷಿತ ಪದಗಳ ಹಾಗೆ!

ರೈಲು ಹೋದ
ಖಾಲಿ ನಿಲ್ದಾಣದಲಿ ನೀರವ
ನಿಶ್ಯಬ್ಧ ರಾಗ ಸ್ತಬ್ಧ ಕಾಲ ಕಂಪನ;

ಹಸಿರು ದೀಪ ದಾಟುವ ತನಕ
ಧಢ್ ಧಢಾಲ್ ಧಡ್ ಎದೆಯ ಬಡಿತ
ಉದ್ದೋ ಉದ್ದಕೆ
ಮೈ ಚಾಚಿ ಬಿದ್ದ ಹಳಿಗಳ
ಮೇಲೆ ಬಿಸುಪು ಗಾಲಿಗಳ ಬಿಸಿ
ಹರಿದ ಕಾಲು.
ಗಾಲಿಗೆ ಕಾದ ಕುಲುಮೆ ಮೈ;
ಸರಾಗ ಇಳಿಯದೆ ಹೇಳದೆ ಉಳಿದು
ಹೋದ ಮನದ ಮಾತುಗಳು
ಅಡಗಿದಂತೆ ಅಲ್ಲಲ್ಲಿ ಜಾಗವಿರುವಲ್ಲಿ
ಏದುಸಿರು ಬಿಡುತ ಏರಿದ
ಡಿಪ್ ಚಹಾ ಮಾರುವ ಹುಡುಗ
ಇಳಿದ
ಸೋತ ಹೆಜ್ಜೆಗಳ ಭಾರದ ನಡಿಗೆ;
ಎದ್ದು ಹೋದ ಅವಳ ಮೃದ್ಗಂಧ
ಇದೆ ಇನ್ನೂ ಗಾಳಿಯಲ್ಲಿ!

ಜಗದ ಜಂಜಡಗಳ ಹೊತ್ತು
ಎರಡು ನಿಲ್ದಾಣಗಳ ಜೋಡಿಸುವ
ಬಂಡಿ;
ಎದೆಯ ಉರಿ ಉಗುಳುತ್ತ
ಯುಗದ ಹಾಗೆ ಬಂದು ಹೋಗುತ್ತದೆ
ಒಂದು ಕ್ಷಣ.
ಇಡಿ ನಿಲ್ದಾಣವ ಬಡಿದು ಎಬ್ಬಿಸಿ
ಜಾಗೃತಗೊಳಿಸುತ್ತದೆ
ಕೊನೆಯ ಬೆಲ್ಲು ಹೊಡೆದ ಮೇಲೂ
ಅವಸರದಲಿ ಉತ್ತರ ಬರೆಯುವ ಹುಡುಗನ
ಹಾಗೆ!

ಎಷ್ಟೊಂದು ಸಿಗ್ನಲಿನಲಿ ಒಂಟಿ
ಕಾಲಿನಲಿ ನಿಂತು ದಾಟಿ

ಸುರಂಗಗಳಲಡಗಿದ ಕಾಡಿಗೆ ಕತ್ತಲು
ಮೆತ್ತಿಕೊಂಡು
ಗಿರಿ ಗವ್ವರಗಳ ಹಾವು ಹಾದಿಯ
ಭಯ ಬೆರಗು
ಮೌನ ಕಣಿವೆಗಳ ಎದೆ ಸೀಳುವ
ಕೂಗು;
ಸೇತುವೆಯ ಕೆಳಗೆ ಹರಿವ
ಗಂಗೆಯಲಿ ಇಂಗಿದ ತಿಂಗಳ ಬೆಳಕು
ಹಚ್ಚ ಹಸುರಿನ ಕಾಡು ಸುಮದ
ಪರಿಮಳ ಪೂಸಿಕೊಂಡು....

ಪ್ರತಿ ರಾತ್ರಿಯ ಕನಸಿನಲಿ
ರೈಲು ಇವನ
ಎದೆಯ ಮೇಲೆ ಹಾದು ಹೋದಂತೆ
ಈಗೀಗ
ಕಾಲು ಸೋಲುವ
ತನಕ ಓಡಿದರೂ ಸಿಗದ ರೈಲು!

ರೈಲು ನಿಲ್ಲದ
ನಿಲ್ದಾಣದಲ್ಲಿಯೂ
ಅವನು ಊಟ ನಿದ್ದೆಯಿಲ್ಲದೆ
ಕಾಯುತ್ತಾನೆ ಈಗೀಗ ಕಿಡಕಿಯಲಿ
ಸರ‍್ರನೆ ಸರಿದು
ಮಿಂಚಿ ಮಾಯವಾಗುವ
ಮಾಯಕದ
ಜೋಡಿ ಕಣ್ಣುಗಳಿಗಾಗಿ...!.

ಇರದ
ಇರುವಿನ ತಾವು

ಇದ್ದೇನೆ
ಇದ್ದೂ ಇರದಂತೆ ಈ ಜಗದ
ಸಂತೆಯೊಳಗೆ;
ಮಾಗಿಯೂ ಹಣ್ಣಾಗದ ಮಾವಿನ
ಹಾಗೆ.
ಮುಟ್ಟಿ ನೋಡುತ್ತಾರೆ ಮೂಸಿ
ಹಿಚುಕಿ ಮತ್ತೆ ಇರುವಲ್ಲೇ ಇಟ್ಟಿದ್ದಾರೆ
ತೂಕಕೂ ಹಾಕದೆ.

ಇಲ್ಲೂ ಇದ್ದೇನೆ
ನೀರಿರದ ಬಾವಿಯೊಳಗಿಳಿಬಿಟ್ಟ
ಕೊಡದ ಹಾಗೆ;
ಮೇಲೆ ಯಾರೋ ಎಳೆದೆಳೆದು
ಮತ್ತೆ ಮತ್ತೆ ಕುಕ್ಕರಿಸುತ್ತಾರೆ;
ಕತ್ತಿಗೆ ಸುತ್ತಿದ ಹಗ್ಗ ಮತ್ತಷ್ಟು
ಬಿಗಿಯಾಗಿ ಉಸಿರು ಕಟ್ಟುತಿದೆ.

ಸ್ವಂತದ ಹೊಟ್ಟೆಯಲಿ
ಬಾಡಿಗೆ ಗರ್ಭ;

ಬೆಳೆಯುತಿದೆ
ಅನು ದಿನವೂ ಚೂರೇ ಚೂರು.

ಆಗಾಗ ಬಂದವಳು ಹೊಟ್ಟೆ ಮುಟ್ಟಿ
ಮೈದಡವಿ ಚಿಲ್ಲರೆ ಕಾಸು ಕೈಗಿಟ್ಟು
ಇಷ್ಟಗಲ ನಕ್ಕು ನೋವ ನೇವರಿಸಿ
ಹೊರಡುತ್ತಾಳೆ ಅಸಲೀ ತಾಯಿ.

ಅಳುವ ಮಗುವ
ಮೈ ಮರೆಸಿ ಮಲಗಿಸಿ ಸಂತೆಗೆ
ಹೋದ ಓ ತಾಯಿಯೇ! ಬೇಗ ಮರಳು.
ಹಸಿದ ಮಗುವಿನ ಅತ್ತು ದಣಿದ ಕಣ್ಣು
ಹೊಸಿಲ ಒಳ ಹೊರಗೇ ಆಡುತಿವೆ.

ಹೇಗಿದ್ದೀ..!?
ಎಂದು ಇನ್ನೊಮ್ಮೆ ಕೇಳದಿರು ಓ ಇವಳೆ!
ನನಗೂ ಅನುಮಾನವಿದೆ ನಾನು
ಹೇಗಿರುವಿನೆಂದು
ಅರ್ಧರ್ಧ ಬದುಕುತ್ತ; ಇನ್ನರ್ಧ ಸಾಯುತ್ತ!

ಕೊರೋನಾ ಕವಿತೆ-ಒಂದು

ಲಾಂಗ್ ಮಾರ್ಚ್

ತೊಟ್ಟಿಲು ಮಾರುವ ಪೇಟೆ ಬೀದಿಯಲಿ
ಶವ ಪೆಟ್ಟಿಗೆಗಳಿಗೆ ಭಾರೀ ಬೇಡಿಕೆ ಈಗೀಗ;

ಮುಳ್ಳಿನ ಕಿರೀಟ ಹೊತ್ತ ಮಹಾಮಾರಿ ನರಬಲಿ
ಕೇಳುತ್ತ ಬಂದಿದೆ ತೊಲೆ ಬಾಗಿಲಿನವರೆಗೆ.

ಮಹಾ ನಗರದ ಮಹಾಗೋಡೆ
ಯಂತ್ರದ ಗಡಿಯಾರಗಳಿಗೆ ಕೊನೆಯಬಾರಿಗೆ
ಕೀ – ಕೊಟ್ಟು

ಊರ ಕಡೆಗೆ ಹೊರಟ ಮಂದಿ
ಇನ್ನೂ ನಡೆಯುತ್ತಲೇ ಇದ್ದಾರಂತೆ
ದಂಡಿ ದಂಡಿಯಾಗಿ;

ಇನ್ನು ಇವರು ಬರುವ
ತನಕ ಓಡುವುದಿಲ್ಲ ನಗರದ ಯಾವ ರೈಲು– ಬಂಡಿ.

ಟೋಲು ನಾಕೆಯ ಪೋಲೀಸರ ಕಣ್ಣು ತಪ್ಪಿಸಿ
ಗುಡ್ಡ ಬೆಟ್ಟವ ಹತ್ತಿ ಮುಖಕೆ ಮಫ್ಲರು ಸುತ್ತಿ
–ದ ಮಕ್ಕಳ
ಕಣ್ಣಲ್ಲಿ ಕಚ್ಚಾ ಬಾಂಬು ಹೊತ್ತ ಭಯೋತ್ಪಾದಕರಂತೆ;

ಅಡಗುತ್ತಾರೆ ಅಲ್ಲಲ್ಲಿ
ರಾತ್ರಿ ಕಣಿವೆ ಕಂದರುಗಳಲ್ಲಿ
ನೀರು ನೆರಳಿದ್ದಲ್ಲಿ ತಂಗುತ್ತ
ಕಂಡ ಕಂಡ ವಾಹನಗಳಿಗೆ ಕೈ ಮಾಡುತ್ತ

ಕಾರಿನಿಂದಿಳಿದ ಮಂದಿ ಫೋಟೊ ತೆಗೆದರು ಇವರ
ಹುರುಪುಗಟ್ಟಿದ ಅಂಗಾಲುಗಳ
ಮಲಗಿದ ಮಕ್ಕಳ ಎಬ್ಬಿಸಿ ಬೇಡ ಬೇಡವೆಂದರೂ
ಬಿಸ್ಕಿಟ್ ಕೊಟ್ಟು

ಸೆಲ್ಫಿ...ಸ್ಮೈಲಿನಲಿ

ಕಾಣುವ
ಈಗಷ್ಟೇ ಮಲಗಿ ಎದ್ದ ಕಂದನ ಕೆನ್ನೆಯ ಮೇಲಿನ
ತಾಯ ಸೆರಗಿನ ಗೀರುಗಳು

ಕೆಂಡದ ಹಾದಿಯ ಮೈ ಮನಸಿಗೆ
ತಂಪಾಗಿ;

ಸಂತೈಸುವ ಮೈಲುಗಲ್ಲುಗಳ ಮೇಲೆ ಸುಣ್ಣ ಕಳಚಿಕೊಂಡ
ಕವಿತೆಯೊಂದರ ಕೊನೆಯ ಸಾಲಿನಂತೆ!

ಹಳೆಯ ಕಂಪನೀ ನಾಟಕ ಪಾತ್ರದವನ ಮಾಸಿದ
ಪೋಷಾಕಿನಂತೆ!

ಇವರ ಊರಿನ ಹೆಸರು
ಆದರೂ ಎಷ್ಟು ಮುದ್ದಾಗಿ ಕಾಣಿಸುತ್ತದೆ
ಒತ್ತಕ್ಷರ ಕಳಚಿಕೊಂಡ ಈ ಕರಿ–ಬಿಳಿ ಕಲ್ಲು ಬರೀ ಕಲ್ಲಲ್ಲ..!

ಕದನದಲಿ ಹತಗೊಂಡ ಯೋಧನ ವೀರಗಲ್ಲು
ಮುದಿ ಕಲಾವಿದನ ಬಿದ್ದ ಕೆಳದವಡೆಯ ಹಲ್ಲು

ದಾರಿ ಕಾಯುತ್ತಿತ್ತೇನೊ ಯುಗ ಯುಗಾಂತರಗಳಿಂದ
ಇವರು ಈ ದಾರಿಯಲೆ ಹೀಗೆ ಮರಳುವುದ ನೋಡಲು;
ಕಾರು ಲಾರಿ ಟೆಂಪೊ ಎತ್ತಿನ ಗಾಡಿ

ಹಾಲಿನ ವ್ಯಾನಿನಲಿ ಹಸಿದ ಮಕ್ಕಳು.

ಹತ್ತುತ್ತ ಇಳಿಯುತ್ತ ಇಳಿಯುತ್ತ ಹತ್ತುತ್ತ
ಎಡವುತ್ತ
ನಡೆಯುತ್ತ ಹೆದ್ದಾರಿಯ ಮೇಲಿನ
ಸಣ್ಣ ಬಿಂದುವಾಗಿ ಕೊನೆಗೆ ಏನೂ
ಏನೇನೂ ಇಲ್ಲದವರಾಗಿ;

ಮರುದಿನದ ಪತ್ರಿಕೆಯಲ್ಲಿ ಮುಖಪುಟದ ವರದಿಯಾಗಿ!

ಕೊರೋನಾ ಕವಿತೆ–ಎರಡು

ಕುರುಡು ಸವಾರಿ

ಕುರುಡನ ಹೆಗಲ ಮೇಲಿನ
ಸವಾರಿಯ ಸಮಯ;
ಸದ್ದಿಲ್ಲದೆ ಸರಿದು ಹೋಗಿದೆ ಯುಗಾದಿ.. ಓಹ್!
ಹೂ ಬಿರಿದ ಹೊಂಗೆ ನೆರಳಿನಲಿ ಯಾರೋ!

ನಿದ್ದೆಗೆ ಜಾರಿದ್ದಾರೆ ದಾರಿ ಹೋಕರು;
ಉಕ್ಕಿನ ಕಸುವಿನ ತಮ್ಮ ತಮ್ಮ ರೆಟ್ಟೆಬಲಗಳ
ತಲೆಗಾನಿಸಿ!

ನಿನ್ನೆ ಮೊನ್ನೆಯ ತನಕ
ನಗರದ ಮೆಟ್ರೋ ರೈಲಿನ ಹಳಿ ಜೋಡಿಸಿದವರ
ಬದುಕ ಹಳಿ ಕೂಡಲು ಎಷ್ಟು ರಹದಾರಿ
ಸವೆಸಬೇಕು

ಇನ್ನೂ ಯಾವ ಯಾವ ಹೆದ್ದಾರಿಯ ಕವಲು
ದಾಟಿದರೆ
ಸಿಗುವುದಿವರ ಊರ ಕಾಲು ದಾರಿ ?

ಹೊಂಗೆ ಹೂವನೇ ಅಕ್ಕಿಯಂತೆ ಆಯ್ದು
ಪುಟ್ಟ ಪುಟಾಣಿ ಗೌರಿ ಮೊನ್ನೆ ಬೀದಿಯಲಿ
ಕೊಂಡ ಆಟದ ಒಲೆಯ ಮೇಲೆ
ಬೇಯಲು ಇಟ್ಟಿದ್ದಾಳೆ ಹೊಂಗೆ ಹೂ ಹೊನ್ನ ಅನ್ನ

ಹಸಿದ ಅಪ್ಪ ಏಳುವುದೊರೊಳಗೆ
ಮುಗಿಯಬೇಕು ಈ ಆಟ;

ದಾಟಬೇಕು ಈ ಸೀಮೆ
ಮುಂದಿನೂರಿಗೆ ಮುಂದಿನ ಆಟ
ಬೇರೆ ಮರದ ನೆರಳು.

ಹೂ ತುಳಿದ ಪಾದಗಳೀಗ
ಕೆಂಡದ ಹಾದಿಯ ಮೇಲೆ
ಹೊಂಗೆ ನೆರಳು ಕೈ ಬೀಸಿ ಕರೆದರೂ
ಕಡೆದಿಟ್ಟ ವೀರಗಲ್ಲಿಗೆ ಈಗಷ್ಟೇ ಜೀವ ಬಂದಂತೆ
ನಡೆಯುತ್ತಲೇ ಇದ್ದಾಳೆ ಗೌರಿ
ಕಂಕುಳಲಿ ಮಲಗಿದ ತಮ್ಮನಿಗೆ ಎಚ್ಚರವಾಗದ ಹಾಗೆ;
ಭಾರದ ಮಗು ಮಗ್ಗಲು ಬದಲಿಸುವಾಗ
ಇಡೀ ದಾರಿ
ನರಳುತ್ತಿದೆ ಇವಳ ಹೂ ಪಾದದ ಭಾರಕೆ.

ವಾರೆ ಲಿಪಿ ಹುಡುಗ

ಅವನ ನಿಲುವಿನಲ್ಲೆ
ಒಂದು ವಾರೆತನವಿತ್ತು; ಥೇಟು
ಸ್ಟಾಫ್ ರೂಮಿನ ವಾರೆ
ಭೂಗೋಳದ ಹಾಗೆ ಯಾವಾಗಲೂ
ಸೊಟ್ಟಗೆ.

ಸುಂದರ ದೇಶಗಳ ನಕಾಶೆಯಲ್ಲೂ
ನೇರ ನೆಟ್ಟಗೆ ಹರಿಯದ ನದಿಗಳು.

ಕನ್ನಡ ಮಾಸ್ತರರು ಎಷ್ಟು ಪೆಟ್ಟು ಕೊಟ್ಟು ಕೊಟ್ಟರೂ
ಬಲಕೆ ವಾಲಿದ ಅವನ ಸ್ಲೇಟಿನ ಮೇಲಿನ
ಲಿಪಿಯು ನೆಟ್ಟಗೆ ನಿಲ್ಲಲೇ ಇಲ್ಲ
ಕೊನೆಯ ವರೆಗೂ. ಬಿಸಿಲಿಗೆ ಬಾಡಿದ
ಹಾಗೆ ಕಾಗುಣಿತ ದ ಬಳ್ಳಿ ಹೂ
ಇನ್ನೆಂದೂ ತಿದ್ದಲಾಗದ ಕಚ್ಚಾ ಕವಿತೆಯಂತೆ
ಅವನ ಅಸ್ತವ್ಯಸ್ತ ಅವಯವಗಳೂ.

ಜಾತ್ರೆಯಲಿ
ತುಕ್ಕು ಹಿಡಿದ ಗಾಲಿಯ ತೇರನು ಎಳೆಯುವ
ಭಕ್ತರ ಸಾಲು ವಾಲಿಕೊಂಡೆ
ಜೋರಾಗಿ ಎಳೆಯುತ್ತಿದ್ದರೂ ಎಲ್ಲ
ಅವರವರ ಕಾಲ ಕಸುವಿನ ಸ್ವಂತ ಶಕ್ತಿಯ
ಮೇಲೆಯೇ
ಯಾರಿಗೂ ಹೊರೆಯಾಗದೆ ನಿಂತಂತೆ ಇವನ ಲಿಪಿಗಳು
ಸರ್ವ ಸ್ವತಂತ್ರ ದೇಶದ ಪಿಲ್ಲರುಗಳಂತೆ.

ಮಲಗಿರುವ ದೇಶಕ್ಕಿಂತ
ಮಲಗಿರುವ ದೇವರನು ಎಬ್ಬಿಸುವುದು
ಕಷ್ಟ ಕಷ್ಟ...!

ಜೋರು ಮಳೆಗಾಳಿಗೆ
ನಡು ಮುರಿದು ಬಿದ್ದ ಭತ್ತದ ಎಳೆ
ಪೈರಿನಂತೆ ಅತಿ ವಿನಯ ವಿಧೇಯದ
ಹುಡುಗ
ಮಳೆ ಬೀಳುವ ಹಿಂದಿನ ರಾತ್ರಿ!

ತನ್ನ ಊರಿನ ಬಿಳಿ ಮೈಲುಗಲ್ಲಿನ ಮೇಲೆ
ಕರಿ ಇದ್ದಲಿಯಿಂದ
ಗೀಚಿ ಹೋಗಿದ್ದಾನೆ ತನ್ನ ಹೆಸರು
ತನ್ನದೇ ಸ್ವಂತ ಶಾಸನದ ಲಿಪಿಯೊಳಗೆ ಎಂದಿಗೂ
ಮರಳಲಾಗದ ಹೆಸರಿಲ್ಲದ ಊರಿಗೆ.